ചൊല്ലും ചേലും

chollum chelum
children's literature

•

abubakkar kappadu

•

first edition
june 2016

•

second edition
may 2018

•

typesetting
megha

•

published
chintha publishers, thiruvananthapuram

•

printed
repro india ltd, mumbai

•

cover & illustration
midas

•

വിതരണം

ദേശാഭിമാനി ബുക്ക് ഹൗസ്
H O തിരുവനന്തപുരം–695 035
phone: 0471-2303026, 6063026
www.chinthapublishers.com
chinthapublishers@gmail.com

ബ്രാഞ്ചുകൾ

ഹെഡ്ഡാഫീസ് ബ്രാഞ്ച് കുന്നുകുഴി • സ്റ്റാച്യു തിരുവനന്തപുരം • കെ എസ് ആർ ടി സി ബസ് സ്റ്റേഷൻ ആലപ്പുഴ • കെ എസ് ആർ ടി സി ബസ് സ്റ്റേഷൻ എറണാകുളം • മച്ചിങ്ങൽ ലെയിൻ തൃശൂർ • ഐ ജി റോഡ് കോഴിക്കോട് • മാവൂർ റോഡ് കോഴിക്കോട് • എൻ ജി ഒ യൂണിയൻ ബിൽഡിങ് കണ്ണൂർ • സെൻട്രൽ ബസ് ടെർമിനൽ കോംപ്ലക്സ് താവക്കര കണ്ണൂർ

CR - 1865 / 4654
ISBN - 978-93-86112-24-8

ചൊല്ലും ചേലും

(ബാലസാഹിത്യം)

അബൂബക്കർ കാപ്പാട്

ചിന്ത പബ്ലിഷേഴ്സ്
തിരുവനന്തപുരം-695 035

അബൂബക്കർ കാപ്പാട്

കോഴിക്കോട് ജില്ലയിൽ കാപ്പാട് സ്വദേശി. കാപ്പാട് ജി എം യു പി സ്കൂൾ, തിരുവങ്ങൂർ ഹൈസ്കൂൾ, മലബാർ ക്രിസ്ത്യൻ കോളേജ്, ഫാറൂഖ് കോളേജ് എന്നീ സ്ഥാപനങ്ങളിൽ വിദ്യാഭ്യാസം നിർവ്വഹിച്ചു.

ഇംഗ്ലീഷ് ഭാഷയിലും സാഹിത്യത്തിലും കോഴിക്കോട് സർവ്വകലാശാലയിൽനിന്ന് എം എ ബിരുദവും, ഡോക്ടറേറ്റും നേടിയിട്ടുണ്ട്.

തിരൂരങ്ങാടി പി എസ് എം ഒ കോളേജ്, മലപ്പുറം ഗവ. കോളേജ്, പെരിന്തൽമണ്ണ ഗവ. കോളേജ്, പേരാമ്പ്ര ഗവ. കോളേജ്, കൊയിലാണ്ടി ഗവ. കോളേജ് എന്നിവിടങ്ങളിൽ അദ്ധ്യാപകനായി പ്രവർത്തിച്ചു.

കൃതികൾ : *നൊസ്സ്, അവസാനത്തെ അന്ത്യശാസനം, ഉടുത്താലും ഉടുത്തില്ലെങ്കിലും, നല്ലതും വെടക്കും (കഥകൾ), ചൊല്ലും ചേലും (കുട്ടികൾക്കുള്ള നോവൽ), ഉമ്മിണി വല്യ ഒരിന്ത്യ (പഠനം), ഹജ്ജുമ്മയും അൽപ്പേശ്വരനും (ലഘു നോവലുകൾ), ജ്ഞാനത്തിന്റെ ഭവനം (വിവർത്തനം).*

വിലാസം	: 'പവിലിയൻ', പി ഒ കാപ്പാട്
	ചേമഞ്ചേരി, കോഴിക്കോട് – 673304
ഫോൺ	: 0496 – 2686565, 8089391982

പ്രസാധകക്കുറിപ്പ്

ബാല്യകുതൂഹലത്തിന്റെ നിറനിലാവ് ചൊരിയുന്ന ബാലനോവലാണ് *ചൊല്ലും ചേലും*. കോഴിക്കോട് മുസ്ലീം വിഭാഗത്തിന്റെ സംസാരഭാഷയുടെ ചേല് തുളുമ്പുന്ന ആഖ്യാനമാണ് ഈ നോവലിൽ. അലി എന്ന നാലാംക്ലാസുകാരന് എന്തൊക്കെ വിളിപ്പേരുകളാണ്; എലി, വെള്ളപ്പാറ്റ എന്നിങ്ങനെ. എല്ലാറ്റിനോടും പൊരുതാൻ അവന്റെ കുഞ്ഞുമനസ്സും ശരീരവും പ്രാപ്തമല്ല. എന്നാൽ അതിസൂക്ഷ്മമമായ നിരീക്ഷണപാടവത്താൽ നേരു തൊടാൻ അവനു കഴിയും. നേരിനെയും നെറിയെയും പറ്റി വാചാലരാകുന്ന മുതിർന്നവരുടെ ചൊല്ലും ചേലും വ്യത്യസ്തമാണെന്ന് അലി തിരിച്ചറിയുന്നു. ചുറ്റും കുമിയുന്ന അനീതിക്കെതിരെ നേരിന്റെ നെരിപ്പോടെരിയുന്ന ഹൃദയവുമായി കൊച്ച് അലി അവന്റെ നിഷ്കളങ്കമായ ചോദ്യങ്ങളുമായി നമ്മുടെ ഉള്ളിലേക്ക് ചേക്കേറും. തീർച്ച.

ഓരോ കുട്ടിയും രക്ഷിതാവും വായിച്ചിരിക്കേണ്ട മികച്ച ബാലനോവൽ.

ചിന്ത പബ്ലിഷേഴ്സ്

ഒന്ന്

ഉപ്പാവാന്റെ പേര് 'അലീ'ന്നായിരുന്നു. അതുകൊണ്ട് ഇനിക്കും അപ്പേരുതന്നെ ഇട്ടു. ഉപ്പാവ തന്ന്യാണത്രേ പേരിട്ടത്. അത്രയ്ക്കും ഇഷ്ടായിരുന്നു ഉപ്പാവാക്കിന്നോട്. മൂത്ത മോള് പെറ്റ ആദ്യത്തെ കുഞ്ഞനായതോണ്ട് തന്നെ. എന്തായാലും അന്നപ്പേ രിട്ടത് ഇപ്പം വല്യ എടങ്ങറായി. അങ്ങാടീലേക്കെറങ്ങാൻ കഴീ നില്ല. കമ്പനിപ്പീട്യേലെ ഇക്കാരുക്ക മുതൽ സ്രാമ്പിപ്പടീലെ കുറു മുട്ടിക്കുണ്ടൻ വരെ 'എലീ'ന്ന് വിളിച്ച് കളിയാക്കുന്നു; നെറം കൊറച്ച് ജാസ്ത്യായതോണ്ട് 'വെള്ളക്കുറാ'ന്നും വിളിക്കും ചില പഹേമ്മാര്. മുക്കിലെ പൊരേലെ കരിക്കണ്ടം പോലത്തെ കാക്കാന്റെ വായില് ഇപ്പേരല്ലാണ്ട് വരൂല. അയാക്ക് കണ്ണ് കട്യാണ്ന്നാ ഉമ്മ പറഞ്ഞത്.

അങ്ങാടിക്കാരെന്ന് കേൾക്കുമ്പം ഉമ്മാക്ക് ദേശ്യം വരും. കാറി ക്കൊരച്ച് തുപ്പും. "കണ്ണ്ക്കാണ്ന്നോര്ക്കൊക്കെ എഴപ്പേരിടലും, പോവുന്നോനെയും വരുന്നോനെയുമൊക്കെ കളിയാക്കലുമ ല്ലാണ്ട് ആ ഇബ്ലീസുകൾക്ക് എന്താണ്ടാ പണീ"ന്നുംചോദിച്ച് കൊരച്ച് ചാടുമ്പം ഉമ്മാന്റെ മോന്ത കാണാൻ നല്ല ചേലാണ്.

ഉമ്മാന്റെ പൂതി കാപ്പാട്ട് തന്നെ പൊരയുണ്ടാക്കി പാർക്കണ മെന്നായിനും. അത് ഉപ്പ സമ്മതിച്ചില്ല. അതിന്റെ ചൊരുക്കുകൊ

ണ്ടാണ് ഉമ്മ എപ്പളും അങ്ങാടിക്കാരെ കുറ്റപ്പെടുത്തുന്നത്ന്നാണ് ഉപ്പ പറയുന്നത്. ഉമ്മാന്റെ ഈ കുറ്റം പറച്ചൽ കേക്കുമ്പം ഉമ്മാനെ പിന്നേം പിന്നേം ദേശ്യം പിടിപ്പിക്കൽ ഉപ്പാക്ക് വല്യ രസാണ്.

"ഓ, നെന്റെ വർത്താനം കേട്ടാൽ തോന്നും നെങ്ങൾ കാപ്പാ ട്ടുകാർ എല്ലം തെകഞ്ഞോരാണ്ന്ന്....

കാപ്പാട്ടുകാരൊരു കള്ളർ പുള്ളർ കൈതക്ക് പണം വെച്ച്

തൊവ്ണ കൂട്ടർ, ന്ള്ള പാട്ട് കേട്ടിട്ടില്ലേ നിയ്യ്?"

ഇത് കേക്കുമ്പം ഉമ്മാക്ക് വാശി കേറും.

"കൈതക്ക് പണം വെച്ച് തോവ്ന്നോരാണെങ്കിലും അങ്ങാ ടിക്കാരെപ്പോലെ കിബ്റമ്മാരല്ല കാപ്പാട്ടുകാർ. പുളക്കേങ്ങും മീനും തിന്ന്ട്ടാണ് പൊരേന്ന് എറങ്ങി വരുന്നതെങ്കിലും ഞാനിപ്പം കോഴി വരട്ടേതും പത്തിരിയും തിന്നിട്ടേയുള്ളൂന്ന് പറയുന്ന കൂട്ട രല്ലേ നെങ്ങള്?"

ഉപ്പയും വിട്ടുകൊടുക്കൂല.

"അത് പിന്നെ അങ്ങനെയല്ലേ ചെയ്യണ്ടേത്? അല്ലാണ്ട് പിന്നെ അവനോന്റെ പൊരേലെ ഇല്ലായ്മ നാട്ടാരെ മുഴ്വൻ അറീ ക്കണോ?"

ഉപ്പാനോട് തർക്കത്തിന് നിന്നാൽ കൈച്ചലാവൂലാന്ന് അറീ നതോണ്ട് ഉമ്മ പിന്നെ ഒന്നും മിണ്ടാണ്ട് അടുക്കളേലേക്കൊരു നടത്തം പാസ്സാക്കും.

നാലും ഉമ്മ പറയുന്നതാണ് നേര്. എരട്ടപ്പേരില്ലാത്ത ഒറ്റ ക്കുഞ്ഞനുമില്ല നാട്ടിൽ. ആണാട് പൂക്കോയ, ഡബിൾ ചേക്കു, ഇസ്തിരി കുഞ്ഞിപ്പക്കി, തൊപ്പിക്കാദർ, കണ്ണൻ മമ്മത്, പഞ്ഞീ നാലി, അവലാൽ കാദിരി, അങ്ങോക്കി അയമു, കേളപ്പൻ പൊക്ക ർ, ഇബ്ലീസ് കോയ, ചായിക്കാരൻ മൊയ്തു, പേര് മാറ്റിയ മമ്മി.... അങ്ങനെയങ്ങനെ നൂറായിരം എരട്ടപ്പേരുകൾ!

നാട്ടാർക്ക് മുഴ്വൻ എരട്ടപ്പേരുള്ളതൊക്കെ ശരിതന്നെ. അതും പറഞ്ഞ് ഇന്നെയാരും എരട്ടപ്പേര് വിളിക്കണ്ട. വെടക്ക് പേര് വിളിച്ച് മക്കാറാക്കാൻ വരുന്നോരെയൊക്കെ ഞാനും എരട്ടപ്പേര് വിളിക്കും. മൂപ്പും വലുപ്പോം ഒന്നും നോക്കൂല....

കാപ്പിലെ അബ്ബാജിനെ 'അബൂച്ചാ'ന്നാണ് എല്ലാരും വിളി ക്കുന്നത്. മൂപ്പരൊരു നാട്ടുകാർന്നോരായതോണ്ടാണ് അങ്ങനെ വിളിക്കുന്നത്ന്നാണ് ഉമ്മ പറഞ്ഞത്. നാട്ടിൽ എരട്ടപ്പേരില്ലാത്ത ഒരേയൊരാൾ മൂപ്പരാണ്.

ഒരുദിവസം അങ്ങാടീലേക്കെറങ്ങുമ്പം അബൂച്ച മുന്നിൽ. ഇന്നെ കണ്ടതും മൂപ്പര് നീട്ടിയൊരു ചോദ്യം:

"എന്താ എലീ?"

"നല്ലത് പൂച്ചേ"ന്നുള്ള മറുപടി വായിന്നങ്ങ് വീണുപോയി. തൊട്ടുപിന്നിൽ തന്നെ ഉപ്പയുണ്ടായിരുന്നൂന്നറിഞ്ഞത് ഇരുമ്പൊ ലക്ക പോലത്തെ ഉപ്പാന്റെ കയ്യ് പെരടിമ്മൽ വീണപ്പളാണ്. "ഫ! ഹറാമ്പറന്നോനെ" എന്നൊരാട്ടും! കയ്യീന്ന് തെറിച്ചുവീണ എണ്ണ ക്കുപ്പി എടുക്കാൻപോലും നിക്കാണ്ട് തിരിഞ്ഞ് പായുമ്പം മനസ്സ് ചോദിച്ചുകൊണ്ടിരുന്നു; അയാക്കിന്നെ എലീന്ന് വിളിക്കാമെങ്കിൽ ഇനിക്കയാളെ പൂച്ചേന്ന് വിളിച്ചൂടേ?

രണ്ട്

സ്രാമ്പിപ്പടീലെ കുറുമുട്ടിക്കുണ്ടനെ എല്ലാരിക്കും പേടി യാണ്. ഓനോട് കളിച്ചാൽ ഓൻ കാലുകൊണ്ട് കത്രികപ്പൂട്ടിട്ട് പാത്തിച്ചു കളയുന്നാണ് മമ്മു മാഷെ മോൻ ബദറുദ്ദീൻ പറ ഞ്ഞത്. പീപ്പക്കുറ്റി പോലത്തെ പള്ളയും എല്ലിച്ച കാലും കൈയു മുള്ള ഓനെവിട്ന്നാ അതിനൊക്കെയുള്ള ആക്കംന്ന് ചോദിച്ചപ്പം ബദറുദ്ദീൻ പറഞ്ഞു:

"അതൊക്കെ അങ്ങനെയായിക്കോട്ടെ. ദെവസോം ഉടുമ്പിന്റെ നെയ്യും കൂട്ടിയാണ് ഓൻ ചോറ് ബെയ്ക്കുന്നത്. ഉടുമ്പിന്റെ നെയ്യ് കൂട്ട്യാൽ ഉടുമ്പിനെപ്പോലെ ശക്തിയുണ്ടാവൂന്നാണ് കണാരി വൈദ്യോര് പറഞ്ഞത്."

കണാരി വൈദ്യോര് എന്തെങ്കിലും പറഞ്ഞാൽ അത് അച്ച ട്ടാണ്ന്ന് ഉമ്മ പറഞ്ഞ്ക്ക്ണ്. ചെറുപ്പത്തിൽ ഉമ്മാന്റെ നടുമ്പൊ റത്ത് ഒരു കുരുവുണ്ടായി പൊട്ട്യപ്പം ചെത്തുമ്മലെ ആസ്പത്രീൽ കൊണ്ടേയി അപ്പോത്തിക്കിരിയെക്കൊണ്ട് കുത്തിവയ്പിച്ചു. ഒന്ന ല്ല, പതിനഞ്ചെണ്ണം! പൊറത്തെ പഴുപ്പ് വട്ടംവച്ച് വട്ടംവച്ച് വലു തായതല്ലാണ്ട് ഒരൊണക്കോം കൊറവുമുണ്ടായില്ല. ഒടുല് കണാരി വൈദ്യോരാണത് ഒണക്കേത്. എന്തോ ഒരു പച്ചെല അരച്ചിടാൻ പറഞ്ഞു മൂപ്പര്. നേരത്തോടുനേരംകൊണ്ട് കുരു പോയ വഴി

കാണൂലാന്ന് വൈദ്യർ പറഞ്ഞപ്പം ഉപ്പാവാക്കുപോലും വിശ്വാ
സല്ലായിരുന്നു. പിറ്റേന്ന് നേരം വെളുത്തപ്പളല്ലേ എല്ലാർക്കും അതി

ശയംകൊണ്ട് മിണ്ടാട്ടം മുട്ടിപ്പോയത്! ഉമ്മാന്റെ പൊറത്തൊരു കലയും കൂടി ബാക്കിയില്ല!

കുറുമുട്ടിക്കുണ്ടന്റെ ബാപ്പാന്റെ പേര് തന്നെ ഉടുമ്പമാ യിൻന്നാണ്. ഉടുമ്പിനെ പിടിച്ച് വില്ക്കലാണ് അയാക്ക് പണീന്ന് പറഞ്ഞു തന്നതും ബദറുദ്ദീനാണ്. ആരെയും വെലവയ്ക്കാത്ത ഒരു ഘടാഘടിയനാണയാൾ.

ജുമാഅത്ത് പള്ളിയുടെ അകത്തെ മുറിയിൽ കേറി നിസ്ക രിക്കാൻ തറവാട്ടുകാർക്ക് മാത്രമേ പാടുള്ളായിരുന്നു. തറവാ ടിന്റെ അന്തസ്സിനും കേളിക്കുമനുസരിച്ച് മുന്നിലേക്ക് മുന്നിലേക്ക് കേറിനിക്കാം. അല്ലാത്തോരൊക്കെ പൊറംപള്ളീൽനിന്ന് നിസ്ക രിച്ചോളണം.

ഒരു വെള്ള്യാഴ്ച ഉടുമ്പമായിൻക്ക നേരത്തെ തന്നെ പള്ളി ക്കലെത്തി. ഒന്നാമത്തെ വരിയിൽ, ഇമാമിന് നിക്കാനുള്ള മിഹ്റാ ബിന്റെ നേരെ സ്ഥലം പിടിച്ചു. തച്ചോറക്കലെ കലന്തൻ കുട്ട്യാ ജിയാണ് സാധാരണ അവിടെനിന്ന് നിസ്കരിക്കൽ. കുത്തുബാ പ്രസംഗം തീരാൻ നേരത്തേ കലന്തൻകുട്ട്യാജി വരൂ. അതുവരെ അയാൾക്കുള്ള സ്ഥലം ആരും ഇരിക്കാണ്ട് ഒഴിച്ചിടും. അങ്ങ നത്തെ സ്ഥലത്ത് ഉടുമ്പ് കേറി ഇരിക്കുന്നത് കണ്ടപ്പം തറവാട്ടു കാർക്കൊക്കെ ദേശ്യം വന്നു. നാലോ, ഉടുമ്പിനോട് പൊറമ്പ ള്ളീൽ പോയി ഇരിക്കാമ്പറയാൻ ആർക്കും ധൈര്യമില്ല. നിസ് കാരം തൊടങ്ങാൻ നേരത്ത് തെരക്കിട്ട് വന്ന കലന്തൻകുട്ട്യാജി ഉടുമ്പിനോട് മാറിക്കൊടുക്കാൻ പറഞ്ഞപ്പം ഉടുമ്പൊരൊറ്റച്ചിരി! പിന്നെ പറഞ്ഞു:

"ആജ്യേരേ, നെങ്ങളെ കിബ്റും കൊണ്ട് ഈ മായിനെ ക്കൊള്ള വരണ്ട. അന്നേരം കളിമാറും. അല്ലാഹുന്റെ പള്ളീല് വല്യോാനും ചെറ്യോാനും കണക്കാണ്. ഇന്നേതായാലും ആജ്യേര് പൊറമ്പള്ളീലേടേങ്കിലും നിന്ന് നിസ്കരിച്ചാളീം. അതോണ്ട്പ്പോ ആജ്യേര് ആജ്യേരല്ലാണ്ടായിപ്പോവൂല."

പിന്നെ മറുത്തൊന്നും പറയാൻ നിക്കാണ്ട് കലന്തൻകുട്ട്യാജി പിന്നിലെ വരീലേക്ക് മാറീനാണ് ബദറുദ്ദീൻ പറഞ്ഞത്.

ഇതൊക്കെ കേട്ടതോണ്ട് ആരോട് കളിച്ചാലും കുറുമുട്ടിക്കു

ണ്ടനോട് കൊളത്തണ്ടാന്ന് ഞാനൊറപ്പിച്ചതാണ്. ഓൻ എന്തെല്ലാം പറഞ്ഞ് കളിയാക്കിയാലും കേക്കാത്ത മാതിരി നടന്നു കളയും. ന്ട്ടും ഓനിനെ വിട്ടില്ല. ഒരു ദിവസം പിന്നില്‍ക്കൂടി വന്ന് തല ക്കൊരു കുത്ത്. തലന്റെ കിണ്ണം മണിഞ്ഞു പോയി! പിന്നെ ഇനിക്ക് തടിയോര്‍മ്മയുണ്ടായില്ല. കാലുമടക്കി ഓന്റെ പള്ള യ്ക്കൊരു ചവിട്ടു കൊടുത്തു. ഏറുകൊണ്ട നായിക്കുട്ടിയെപ്പോലെ കുണ്ടന്‍ നെലത്ത് കെടന്നുരുളുന്നത് കണ്ടപ്പം ഒറക്കെയൊറക്കെ ചിരിക്കാന്‍ തോന്നിപ്പോയി. ആരെങ്കിലും കണ്ടോണ്ട് വന്നാലോന്ന് പേടിച്ച് പാഞ്ഞിങ്ങ് പോന്നു.

എന്തായാലും സംഗതി കുലുമാലായി. കുറുമുട്ടീന്റെ ബാപ്പ ഉപ്പാനോട് പരാതി പറഞ്ഞു. വല്യോരു പുളിവാറലും വെട്ടിക്കൊ ണ്ടാണ് ഉപ്പ രാത്രി പീടിക പൂട്ടി വന്നത്. ഉണ്ടായതെന്താണെന്ന് വിസ്തരിച്ച് പറഞ്ഞിട്ടും ഉപ്പ വിട്ടില്ല. അടിയോടടി! പുളിവാറല്‍ പൊട്ടുന്നതുവരെ. ചന്തി നെറയെ ചോരപ്പാടുകള്‍! പൊട്ടുംമുറീം ഉണ്ടാക്കിയ വേദനെക്കാളും സങ്കടത്തെക്കാളും മേലെ മനസ്സ് നെറഞ്ഞു നിന്നത് ഒരു ചോദ്യമാണ്; വലുതാവുമ്പം മനുശന് ഞായോം ഞായക്കേടും തിരിയാണ്ടാവോ....?

മൂന്ന്

ബദറുദ്ദീന് ഓന്റെ ഉമ്മാനെ വല്യ പേടിയാണ്. എപ്പളും ദേശ്യാ ഉമ്മാക്ക്ന്നാണ് ഓൻ പറഞ്ഞത്. കുരുത്തക്കേട് കളിച്ചാൽ ഉമ്മ കണ്ണും മൂക്കുമില്ലാണ്ട് പിടിച്ചടിക്കും, കൈയിൽ കിട്ടുന്നതെന്തായാലും അതെടുത്ത് അച്ചാലും പിച്ചാലും അടിയാണ്.

ഇന്റെ ഉമ്മ നേരെ എതിർ സൊഭാവക്കാരിയാണ്. എന്ത് കുരുത്തക്കേട് കാട്ട്യാലും ഇന്നെയൊന്ന് നുള്ളേളം കൂടിയില്ല. അടീം കുത്തും മുഴ്വൻ ഉപ്പന്റെ വകയാണ്. ദേശ്യം വന്നാൽ നീറിനെപ്പോലെയാണ് ഉപ്പ. കടിച്ച് കൊടഞ്ഞാലും പിടിവിടാത്ത മട്ട്. ഇതറിയുന്നതോണ്ട് ഞാനെന്ത് വേണ്ടാക്കളി കളിച്ചാലും ഉമ്മ ഉപ്പാനെ അറിയിക്കൂല. നാലും വേറെയാരെങ്കിലുമുണ്ടാകും ഉപ്പന്റെ ചെവീല് ഉറ്റിച്ചു കൊടുക്കാൻ.

ഉപ്പന്റെ കൈയിൽ പുലിവാല് കണ്ടാൽ ഉമ്മാന്റെ ബേജാറും വെപ്രാളോം കാണണം! കാര്യല്ലാന്നറിഞ്ഞിട്ടും ഉപ്പാന്റെ ദേശ്യം തണുപ്പിക്കാൻ പെടാപ്പാടു പെടും പാവം. ഉപ്പ ഇന്നെപ്പിടിച്ച് അടിക്കാൻ തൊടങ്ങ്യാൽ എടേൽ കേറി തടസ്സം നില്ക്കുന്ന ഉമ്മാക്കും കിട്ടും ചുട്ട അടി.

ഇനിക്കൊരു നേരിയ ചിരാപ്പോ മേല്ക്കാച്ചലോ വന്നാമതി

ഉമ്മാക്ക് പിന്നെ നിക്കപ്പൊറുതിയില്ലാണ്ടാവും. തിന്നലൂല്ല്യാ.... ഒറ
ങ്ങലൂല്ല്യ.....

ഉമ്മാന്റെ ഈ ബേജാറ് കാണുമ്പം ഉപ്പ ചിരിക്കും. അന്നേരം
ഉമ്മാക്ക് ഇളിച്ചം പിടിക്കും.

"ഇങ്ങനെ കണ്ണിൽച്ചോരയില്ലാത്തൊരു മന്ശൻ!"

ഉമ്മ പിറുപിറുക്കും. അതു കേക്കുമ്പം ഉപ്പ പിന്നേം ചിരി
ക്കും. പിന്നത്തെ വർത്താനം പറയണ്ട, ഉമ്മ വെകിളിയെടുത്തു
തുള്ളും. ഉപ്പാന്റെ തറവാട്ടുകാരുടെ സ്നേഹല്ലായ്മനെപ്പറ്റി കുത്തി
ക്കുത്തി ഓരോന്നു പറയും:

"അല്ലേലും അച്ചുമൂട്ടുകാർക്ക് കൃപേം സ്നേഹോം എന്താ
ന്നറീലാലോ.... വെറുതേയല്ല അഞ്ചെട്ട് മക്കളുണ്ടായിട്ട് ഒക്കേ
ങ്ങനെ കൊത്തിപ്പിരിഞ്ഞു പോയത്. മക്കളും കണക്കന്നെ;
തള്ളയും കണക്കന്നെ...."

മൂക്കത്താണ് ദേശ്യമെങ്കിലും, ഉമ്മയിങ്ങനെ ഒറഞ്ചു
തുള്ളുമ്പം കുമ്പകുലുക്കി ചിരിക്കാന്നല്ലാണ്ട് കമാന്ന് മിണ്ടൂല
ഉപ്പ. ഇതേ ഉപ്പതന്നെ ഒരു കാര്യവുമില്ലാണ്ട് ഉമ്മാനെ ചീത്ത
പറഞ്ഞ് ഉളുപ്പുകെടുത്തുന്നതും കാണാം.

ഉമ്മാന്റെ മരപ്പെട്ടിയിൽ എപ്പളും പൈസയുണ്ടാവും. ചെക്കി
ണീന്റെ പീട്യേന്ന് സൈക്കിളെടുത്തു ചവിട്ടാനും കോയഞ്ചി
ക്കാന്റെ ഗുണ്ട്ടീന്ന് തൊണ്ട്യലുവ വാങ്ങിത്തിന്നാനും, കൊല്ലത്തി
ലൊരിക്കൽ ബദറുദ്ദീന്റൊപ്പം ഗീതാ ടാക്കീസിൽ പോയി സിനിമ
കാണാനുമൊക്കെയുള്ള ചില്ലാനം ഉമ്മ തരും. ഉമ്മാക്ക് പറ്റാത്ത
കാര്യാണെങ്കിൽ ഉപ്പാന്റടുത്ത് ശുപാർശ പറഞ്ഞ് കാര്യം ഒപ്പിച്ചു
തരാനും ഉമ്മ തന്നെ ഉത്സാഹിക്കും. ഉപ്പാനോട് പറയാൻ പറ്റേ
കാര്യാണ്ന്ന് ഉമ്മാക്ക് ബോധിക്കണമെന്നേയുള്ളൂ.

ഈന്തിന്റെ കാലം വന്നാൽ എറച്ചിയിട്ട ഈന്തുംപിടിയുണ്ടാ
ക്കിത്തരാനും, നെല്ല് കൊയ്തുകൊണ്ടു വന്നാൽ പുത്തരി കൊണ്ട്
തരാതരം അപ്പങ്ങളും പുട്ടും പത്തിരിയുമൊക്കെ ഉണ്ടാക്കിത്ത
രാനും ആഴ്ചേലൊരു പായസവും മാസത്തിലൊരു ബിരിയാ

ണീം... അങ്ങനെ പുതി തോന്നുന്ന സകല തീറ്റി സാധനങ്ങളും ഉണ്ടാക്കിത്തരാൻ ഉമ്മാക്ക് വല്ലാത്ത ഉത്സാഹം തന്നെയാണ്.

ഇത്രയ്ക്ക് സ്നേഹക്കട്ടിയായ ഉമ്മ ഒരു ദെവസം വല്യൊരു വെരകുമുട്ടിയെടുത്ത് ശരപറാന്ന് അടി! ഉമ്മാമ വന്ന് പിടിച്ചുമാ റ്റിയിരുന്നില്ലെങ്കിൽ ഉമ്മ ഇന്നെ അടിച്ചടിച്ച് കൊല്ലുമായിരുന്നു. ഇങ്ങനെ പ്രാന്ത് പിടിച്ചപോലെ ഉമ്മാനെ ഒരിക്കലും ഞാൻ കണ്ടി ട്ടില്ല. എന്തെങ്കിലും കുരുത്തക്കേട് കളിച്ചാലും കൂടി അടിക്കാത്ത ഉമ്മ എന്തിനാ ഇങ്ങനെ ഒരു കാര്യോല്ലാണ്ട് തല്ലുന്നത്ന്ന്, ഇനിക്ക് മനസ്സിലായില്ല. അമ്മായി എന്തോ വേണ്ടാത്ത് പറഞ്ഞപ്പം

ഉമ്മാക്ക് ദേശ്യം പിടിച്ചു. അതിന് ഇന്നെപ്പിടിച്ചടിച്ചതാണെന്നു സൈനാത്ത പറഞ്ഞപ്പം ഇനിക്ക് സൈനത്താനോട് ചോദിക്കാണ്ടിരിക്ക്യാൻ കഴിഞ്ഞില്ല: "അമ്മായിനോടുള്ള ദേശ്യത്തിനെന്തിനാ ഉമ്മ ഇന്നെപ്പിടിച്ച് അടിക്കുന്നത്.....!?"

നാല്

ബി എ വരെ പഠിച്ചിട്ടും കുഞ്ഞിക്കാക്ക് ഗവൺമെന്റ് പണി യൊന്നും കിട്ടീല. സൈനാത്താന്റെ പിയ്യാപ്ല കോഴിക്കോട്ടങ്ങാ ടീല് അരിപ്പാണ്ഡ്യാല തൊടങ്ങ്യപ്പം കുഞ്ഞിക്കാക്ക് അവിടെ റൈറ്ററെ പണി കിട്ടി. ഉപ്പാവ മരിച്ചപ്പം ഉമ്മാക്കും കുഞ്ഞെളാ മാക്കും കിട്ട്യേതിന്റെ എരട്ടി സൊത്തും മൊതലും കുഞ്ഞിക്കാക്ക് കിട്ട്യേതോണ്ട് സുഖായിത്തന്നെ ജീവിക്കാനൊരു മുട്ടുല്ല്യ. തറ വാട് മൂപ്പരെ പേരിലായതോണ്ട് ഒരു പൊരയുണ്ടാക്കുന്ന ബുദ്ധി മുട്ടും ഇല്ല. വല്ലിമ്മയും കുഞ്ഞിക്കയും മാത്രേ തറവാട്ടിലുള്ളൂ. പെണ്ണുകെട്ടുന്ന കാര്യം പറയുമ്പം ഇപ്പളൊന്നും വേണ്ടാന്നുള്ള വാശീലാണ് മൂപ്പര്.

കോളേജിൽ പഠിക്കുന്ന കാലത്ത് മൂപ്പരിക്ക് ഒരു പെങ്കുട്ടിയെ ഇഷ്ടായിരുന്നത്രെ. ഓളെ കെട്ടാൻ കഴിയാഞ്ഞതോണ്ടുള്ള ഇളിച്ചം കൊണ്ടാണ് മൂപ്പര് വേറെ കല്യാണത്തിന് സമ്മതിക്കാ ത്ത്ന്ന് സൈനാത്ത ഒരീസം ഉമ്മാനോട് പറയുന്നത് കേട്ടു. ഇക്കാര്യം ഉമ്മ ഉപ്പാനോട് പറഞ്ഞപ്പം ഉപ്പ കുലുങ്ങിക്കുലുങ്ങി ചിരിച്ചു കൊറേ നേരം. പിന്നെ പറഞ്ഞു:

"നെനക്ക്ണ്ടോ കാറ്റ്. ഓൻ പെണ്ണുകെട്ടാത്തത് അതോണ്ടോ ന്വല്ല. പേടിച്ചിട്ടാണ്. വല്യൊരു സൊറക്കമ്പനീന്റെ മൂപ്പനല്ലേ ഓൻ? ചങ്ങായിമാരെ കല്യാണത്തിന് പുതിയാപ്ലന്റെ ചങ്ങാതി

മാർന്നും പറഞ്ഞ് പെണ്ണിന്റെ പൊരേലേക്ക് കൂടെപ്പോയിട്ട് എന്തെല്ലാം തോന്ന്യാസങ്ങളാണ് ഓനും കൂട്ടരും ചെയ്തുകൂട്ടു ന്നത്ന് നെനക്കറിയ്യോ? ബാന്റും ചെണ്ടയും മദ്ദളവുമൊക്കെ യായിട്ടാണ് ഉച്ചക്കത്തെ പോക്ക്. പെൺവീട്ടിന്റെ കൊറേ ഇപ്പ റത്ത് എറങ്ങി നടുറോട്ടുമ്മക്കൂടി പാട്ടും കൂത്തും ഡാൻസുമായി ട്ടങ്ങനെ പോകുന്നത് കാണുമ്പം കൂട്ടത്തിലുള്ള കാർന്നോമ്മാ രുടെ മേല്ന്നാണ് തോലുരിയുന്നത്. കാദരാജിന്റെ മോൻ മുനീ റിന് 'ഒലക്കപ്പിയ്യാപ്പ' എന്നൊരു പേരുള്ളത് നെനക്കറിയ്യോ? ഓൻ പുതിയാപ്ലയായി പോകുമ്പം നെന്റെ പുന്നാര ആങ്ങളയും കൂട്ടരും കൊറെ ഒലക്കയും കൊണ്ടാണ് പോയത്. ഒലക്ക വീശി ഡാൻസും ഒലക്ക കൊണ്ടുള്ള പയറ്റും ആകെക്കൂടി ഒലക്കമെയം! അത് കണ്ടപ്പം ഏതോ കാർന്നോർ ചോദിച്ചത്രേ: "ഇതാരാ ഇമ്പ രുന്നത് ഒലക്കപ്പിയ്യാപ്ലേം കൂട്ടരോ?"

പകല് കാട്ടിക്കൂട്ടുന്ന കോപ്പിരാട്ടികളൊക്കെ സഹിക്കാം. രാത്രീല് പുതിയാപ്ല സൽക്കാരത്തിന് പോയാൽ ഇന്നതേ ചെയ്യൂ നില്ല. മണിയറേലെ കുളിമുറിയിൽ ഒളിച്ചുകേറി ഷവറിന്റുള്ളിൽ മൊളകുപൊടി ഇടുക, ക്ലോസറ്റിൽ തുണി തിരുകിയിടുക, കെട ക്കമ്മല് നായിക്കൊരണപ്പൊടി വെതറിയിടുക.... എന്നിങ്ങനെ എന്തെല്ലാം തോന്ന്യാസങ്ങൾ! ഇതൊന്നും പോരാത്തതിന് അറ യിന്ന് എറങ്ങിപ്പോകണമന്നുണ്ടെങ്കിൽ ഓര് ചോദിക്കുന്ന പൈസ കൊടുക്കണം. രണ്ടായിരോം മൂവായിരോമൊക്കെയാണ് ഇപ്പള്ത്തെ റേറ്റ്!

ഇങ്ങനെയൊക്കെ ചെയ്തുകൂട്ടുന്നത് വല്യ മൊഞ്ചാ ന്നാണ് നെന്റെ പുന്നാര ആങ്ങളയും കൂട്ടരും വിചാരിക്കുന്ന ത്. ഇനീപ്പം ഓൻ കല്യാണം കഴിക്കുമ്പം ഓനും ഓന്റെ പെണ്ണിന്റെ പൊരക്കാരും അനുഭവിക്കേണ്ടി വരില്ലോ. ആ ഒരു പേട്യോണ്ടാന്ന് ഓൻ പെണ്ണും പെടക്കോഴീം വേണ്ടാന്ന് പറീന്ന ത്...."

ഇങ്ങനെ ഓരോ വേണ്ടാക്കളിയുമായി നടക്കുന്നതോണ്ട് ഉപ്പാക്ക് കുഞ്ഞിക്കാനെ തീരെ കണ്ടുടാ. ഇനിക്ക് പക്ഷേ, മൂപ്പരെ വല്യ ഇഷ്ടമായിരുന്നു. എടക്കൊക്കെ ഞാൻ തറവാട്ടിൽ പാർക്കാൻ പോകും. കുഞ്ഞിക്ക പാണ്ഡ്യാലേന്ന് വന്നാൽ നല്ല രസാണ്. തിന്നാനെന്തെങ്കിലും മധുരം കൊണ്ടുവരൂന്ന് മാത്രല്ല,

തമാശക്കഥകൾ പറഞ്ഞ് കുടുകുടാ ചിരിപ്പിക്ക്യേം ചെയ്യും.

ഇങ്ങനൊക്ക്യാണെങ്കിലും മൂപ്പരിക്ക് കാര്യായിട്ടൊരു സൂക്ക ടുണ്ട് – ഉപദേശപ്രസംഗം. "ഉമ്മയും ഉപ്പയും പറയുമ്പോലെ കേൾക്കണം; ഓരെ വെറുപ്പിക്കരുത്; എല്ലാരെക്കൊണ്ടും നല്ലത് പറീപ്പിക്കണം; ഏത് നേരോം കളിയുമായി നടക്കരുത്; ഉഷാറായി പഠിച്ച് പരീക്ഷയൊക്കെ ജയിക്കണം...."

അങ്ങനെയങ്ങനെ വല്യൊരു ഉപദേശക്കെട്ട്. മൂപ്പർ പറഞ്ഞു തരുന്നതൊക്കെ നല്ല കാര്യങ്ങള് തന്നെ. നാലും എപ്പോളുമി ങ്ങനെ ഇതുതന്നെ കേൾക്കേണ്ടി വന്നാൽ വല്യ വെഷമല്ലേ? ഒരു ദെവസം ഉപദേശം കേട്ടുകേട്ട് വല്ലാണ്ട് ചെന്നിക്കുത്ത് തോന്ന്യപ്പം ഞാനങ്ങ് ചോദിച്ചുപോയി:

"ഇന്നെ ഇങ്ങനെ ഉപദേശിക്കുന്ന ഇക്ക ഓരോ കല്യാണ പ്പൊരയിൽ പോയി കാട്ടിക്കൂട്ടുന്ന ചേലൊക്കെ പെരുത്ത് നല്ല താണോ?"

ഇത് കേട്ടതും കുഞ്ഞിക്കാന്റെ മൊഖം ചൊക്കിപ്പൂപോലെ ചോന്നു. ചുണ്ടും മൂക്കും വെറച്ചു. എന്താ പറയണ്ടത്ന്നറിയാതെ ഉത്തരംമുട്ടി ഇരുന്നുപോയി മൂപ്പർ. പിന്നെ ഒരലർച്ച:

"ചെലക്കാണ്ട് പോടാ ചെളുക്കേ. നീയാപ്പോ ഇന്നെ പഠിപ്പി ക്കാൻ പോണത്? നെന്റെ ഉപ്പ മൊയ്തീൻ പറഞ്ഞുതന്നതായി രിക്കും ഇന്നോടിങ്ങനെ ചോദിക്കാൻ, അല്ലേ? ഇനി ഈ ജാതി മാഞ്ഞാളം ചോദിച്ചോണ്ടു വന്നാലുണ്ടല്ലോ ചെള്ള ഞാൻ അടി ച്ചുപൊളിക്കും."

ആ സംഭവത്തിനുശേഷം തറവാട്ടിൽ പാർക്കാൻ പോകുന്ന ഏർപ്പാട് ഞാൻ നിർത്തി.

അഞ്ച്

ചിമ്മിണിപ്പീട്യേലെ കുഞ്ഞായിനാജ്യേരെ കാണുമ്പം തന്നെ പേട്യാവും. മൂക്കുമ്മലാണയാൾക്ക് ദേശ്യംന്നാ ഉമ്മ പറഞ്ഞത്. ഓത്തുപള്ളീലെ മുക്രിയുസ്താദ് ഒറ്റച്ചെവിടനായിപ്പോയത് ആജ്യേരോട് അടികൊണ്ടിട്ടാണ്ന്ന് പറഞ്ഞു തന്നതും ഉമ്മ തന്നെ.

ഒരുദിവസം രാത്രി ഉസ്താദിനോട് ആജ്യേരെ വീട്ടിൽ യാസീ നോതാൻ ചെല്ലാമ്പറഞ്ഞു. ചെറ്റപ്പൊരക്കലെ മമ്മതാക്കാന്റെ പൊരേലേക്കും ഉസ്താദിനെ വിളിച്ചിരുന്നു; ചെരങ്ങ് പിടിച്ച മോനെ മന്ത്രിച്ചൂതാൻ. ആദ്യം വിളിച്ചത് മമ്മതാക്കയായയതോണ്ട് ഉസ്താദ് ആദ്യം അങ്ങോട്ടേക്കാണ് പോയത്. അത് കഴിഞ്ഞ് ആജ്യേരാടെ എത്തുമ്പളേക്ക് നേരം വൈകി. കോലായിൽക്കൂടി നിക്കപ്പൊറുതി കിട്ടാണ്ട് അച്ചാലും പിച്ചാലും നടക്കുന്ന ആജ്യേ രുടെ മുന്നിലെത്തുമ്പളേക്കുതന്നെ മുക്രിയുസ്താദ് പാത്തിപ്പോയി ട്ടുണ്ടാവുന്നാണ് ഉമ്മ പറഞ്ഞത്. ഉസ്താദിനെ കണ്ടതും, എന്തേ വൈക്യേതെന്നും കൂടി ചോദിക്കാണ്ട് ചെള്ളക്കൊരടി കൊടുത്തു ആജ്യേര്. മുറ്റത്തേക്ക് മറിഞ്ഞുവീണ ഉസ്താദിനെ തിരിഞ്ഞു നോക്കാമ്പോലും നിക്കാണ്ട് അകത്ത് കേറി വാതിലടച്ചു അയാൾ. പറക്കുന്ന പൈസക്കാരനും പള്ളിക്കമ്മിറ്റി പ്രസിഡണ്ടുമൊക്കെ യായ ആജ്യേരോട് ഉസ്താദിനെ തച്ചതെന്തിനാണ്ന്ന് ചോദിക്കാൻ

ആരുമുണ്ടായില്ലത്രെ.

കുഞ്ഞായിന്യാജ്യേരെപ്പറ്റി ബദറുദ്ദീനും പറഞ്ഞുതന്നിട്ടു ണ്ടൊരു കാര്യം, സൊകാര്യമാണ്. ആരോടും പറയൂലാന്ന് മാക്കാം പള്ളീനെപ്പിടിച്ച് സത്യം ചെയ്തപ്പളാണ് ഓനത് പറഞ്ഞുതന്ന ത്. ആജ്യേരെ മൂത്ത മോനെ അയാൾ ചവിട്ടിക്കൊന്നതാണുപോ ലെ. മോനുവേണ്ടി അയാൾ പറഞ്ഞൊറപ്പിച്ച കല്യാണത്തിന് മോൻ സമ്മതിക്കാത്ത ദേശ്യത്തിന് ഒറ്റച്ചവിട്ട്! മലന്നടിച്ച് വീണ മോൻ അന്നേരം തന്നെ മയ്യത്ത്....! ചാക്കുകണക്കിന് പൈസ ഇടിച്ചു തെള്ളിയതുകൊണ്ടാണ് കേസും കൂട്ടവുമില്ലാണ്ട് കൈച്ച ലായത്ന്നാണ് ബദറുദ്ദീൻ പറഞ്ഞത്. പൂത്ത പൈസക്കാരനായി രുന്ന ആജ്യേരിപ്പം ചിമ്മിണിക്കച്ചോടം തൊടങ്ങണ്ടിവന്നത് അതോണ്ടായിരിക്കും. നാലും ദേശ്യത്തിനൊരു കൊറവൂല്ല്യ.

ഒരുദിവസം പള്ളിദെറസിലേക്ക് പോകാൻ നിക്കുമ്പളുണ്ട് ഉമ്മ പറയുന്നു:

"മോനൊന്ന് ആജ്യേരെ പീട്യേപ്പോയി രണ്ട് ലിറ്റർ ചിമ്മിണി വാങ്ങിക്കൊണ്ടാ."

മോന്തിനേരത്ത് ആജ്യേരെ പീട്യേൽ ഹലാക്കിന്റെ തെരക്കാ ണ്. ദെറസിലെത്താൻ അഞ്ചുമിനുട്ട് വൈക്യാ മതി വല്യുസ്താദ് ചന്തി കൊപ്പരയാക്കും. ഉമ്മ പിന്നേം പിന്നേം കെഞ്ചിപ്പറഞ്ഞപ്പ ചിമ്മിണിത്തപ്പുംകൊണ്ട് പൊറപ്പെട്ടു. മനസ്സ് നെറയെ ഉമ്മാനോ ടുള്ള ഇളിച്ചവും കൊണ്ടാണ് പീട്യേലെത്തേ്യത്. കൊറച്ചുനേരം അവിടെ കാത്തുകെട്ടി നില്ക്കേണ്ടിവന്നപ്പം ഇളിച്ചം മൂത്തു.

"ഇങ്ങോട്ട് കൊണ്ടടാ വെള്ളക്കുറേ ചിമ്മിണിത്തപ്പ്."

ആജ്യേര് അങ്ങനെപറഞ്ഞ് കൈ നീട്ടിയപ്പം എന്തൊക്കെയോ തോന്ന്യാസം വിളിച്ചു പറയാൻ തോന്നിപ്പോയി. ആരെ നെസീബ് കൊണ്ടാണ്ന്നറിഞ്ഞില്ല വായീന്നൊന്നും വീണില്ല. ചിമ്മിണിന്റെ വെലയായിട്ട് കൊടുത്ത നോട്ടിന് ലേശം ചുളിച്ചലും ചെറിയൊരു കീറലുണ്ടായിരുന്നു. അത് തിരിച്ചും മറിച്ചും നോക്കീട്ട് അയാളെ വക ഒരു മാഞ്ഞാളച്ചോദ്യം:

"ഇത് എടുക്കെെടാ കൂറേ?"

"തലേല്വെച്ച് നോക്കീം കാക്കാ"ന്ന് പറയാനാണന്നേരം തോന്ന്യെത്. അത് കേട്ടതും ചിമ്മിണീം പാത്രോം

ഒറ്റയേറെറിഞ്ഞു കാക്ക! തലക്കൊരു കുത്തും!

നിലവിളിച്ചും കൊണ്ട് ഉപ്പാന്റെ പീടിയേലേക്ക് പാഞ്ഞ് ചെന്നപ്പം ഉപ്പാനോടും കിട്ടി പള്ളനെറച്ചും. ഉപ്പയെന്തിനാണ് ഇന്നെ അടിച്ചത്ന്ന് എത്ര ആലോചിച്ചിട്ടും പിടികിട്ട്ണില്ല്യ. അടി കൊള്ളണ്ടത് ആജ്യേരിക്കല്ലേ? മുക്രിയുസ്താദിനെ തല്ലിയപ്പോ ളും, മോനെ ചവിട്ടിക്കൊന്നപ്പളും ആരും ഒന്നും ചെയ്യാത്തതോ ണ്ടല്ലേ അയാളെ നരീന്റെ സൊഭാവം മാറാത്തത്? എന്തിനാ ഇപ്പളും അയാളെ തന്നെ പള്ളിക്കമ്മെറ്റീന്റെ പ്രസിഡണ്ടാക്കി നിർത്തേ്യത്....? അതൊക്കെ ആരോട് ചോദിക്കാൻ....!

ആറ്

കൊല്ലത്തിലൊരു സിനിമയ്ക്കുള്ള പൈസേം സമ്മതോം ഉമ്മ തരുന്നതുതന്നെ വല്യ കാര്യം. അതും ഉപ്പ അറിയാണ്ട്. അറിഞ്ഞാൽ അടികൊള്ളുന്നത് ഉമ്മാന്റെ നടുമ്പൊറത്തായി രിക്കും. അപ്പം പിന്നെ എടക്കൊരു സിനിമയും കൂടി കാണാൻ പൂതി തോന്ന്യാലോ? ബദറുദ്ദീനാണ് പൂതി കേറ്റ്യേത്. ജയറാ മിന്റെ അടിപൊളി സിനിമ. ഓൻ അതിന്റെ മജ എണ്ണിയെണ്ണിപ്പ റഞ്ഞപ്പം വല്ലാണ്ടങ്ങ് പൂതി കേറിപ്പോയി. ഉമ്മാന്റെ കണ്ണിൽ പെടാണ്ട് പോയി വരാമ്പച്ചാലും പൈസ വേണല്ലോ. ഒരു വഴീം കാണാണ്ട് വന്നപ്പം പാടില്ലാത്ത പണിയാണ്ന്നറിഞ്ഞിട്ടും ഉമ്മാ മാന്റെ തലയണച്ചോട്ടീന്ന് അഞ്ചുറുപ്യ ഇസ്കി.

സിനിമ കഴിഞ്ഞ് പൊറത്തെറങ്ങ്യപ്പളേ പള്ളേന്ന് കാളാൻ തൊടങ്ങി. പടിപ്പൊര കടക്കുമ്പം തന്നെ കണ്ടു, മെരൂനെപ്പോലെ കോലായില് ഉണ്ടം തിരിയുന്നു ഉപ്പ! എടക്കെടക്ക് ഉമ്മാനെ നോക്കി ചീറുന്നുമുണ്ട്. ഉമ്മയാണെങ്കിൽ എക്ക്ടേം മുക്ക്ടേമിട്ട് കരയുന്നു. തിരിച്ച് പാഞ്ഞാലോന്ന് ആലോയ്ക്കുമ്പളേക്ക് ഉപ്പാന്റെ കണ്ണിൽ പെടുകേം ചെയ്തു. ഒറ്റച്ചാട്ടത്തിന് ഉപ്പ മുറ്റത്ത്! ഇന്നെ തൂക്കിയെടുത്ത് കോലായിലിട്ട് കണ്ണും മൂക്കുല്ല്യാണ്ട് പെരുമാറാൻ തൊടങ്ങി. എപ്പളും തടുക്കാൻ വരുന്ന ഉമ്മ അനങ്ങുന്നില്ലാന്ന് മാത്രല്ല പിന്നേം പിന്നേം എരുകേറ്റിക്കൊണ്ടിരുന്നു:

അബൂബക്കർ കാപ്പാട്

"തച്ച് കൊന്നാളീം. ഇങ്ങനത്തെ കള്ളഹറാമിയായ ഒരു മോനെ ഇനിക്ക് മാണ്ട.... ഇന്ന് ഓൻ അഞ്ചുറുപ്യ കട്ടു. നാളെ അതയ്മ്പതാകും. പിന്നെപ്പിന്നെ ഓനൊരു പെരുങ്കള്ളനാവും. വല്യ്യോരു ചീപ്പവറാൻ. അത് കാണാനുള്ള ചങ്കൊറപ്പിനിക്കില്ല. ഇപ്പം തന്നെ കൊന്ന് കുയിച്ചിട്ടാപ്പിന്നെ അതൊന്നും കാണണ്ടി വരൂലാലോ...."

രാത്രി ഒരു തുള്ളി വെള്ളം കൂടി തന്നില്ല. കണ്ണിൽ തേച്ച മൊളകിന്റെ പൊകച്ചലും പള്ളന്റുള്ളിലെ കത്തലും കാരണം ഒറക്കും കിട്ടീല്ല.

പിറ്റേന്ന് പീട്യേലേക്ക് പോകാൻ നേരത്ത് ഉപ്പ കട്ടിലിൻ്റു ത്തേക്ക് വരുന്നത് കണ്ടപ്പം തലേന്നത്തിന്റെ ബാക്കി തരാനാ വുന്നാ വിചാരിച്ചത്. നോക്കുമ്പളോ, ഒരിക്കലുല്ലാത്ത പുതുമ! ഉപ്പ കട്ടിലുമ്മല് ഇന്റെ തൊട്ടടുത്ത് വന്ന് ഇരുന്നു! തല ഉപ്പാന്റെ നെഞ്ഞത്ത് ചേർത്തുപിടിച്ച് മൂർദ്ധാവ് തലോടിക്കൊണ്ട് പറഞ്ഞു:

"ഇന്റെ മോൻ ഒരുത്തന്റേം ഒരു ചില്ലിക്കായിപോലും കക്കരു ത്."

അത് പറയുമ്പളേക്ക് ഉപ്പ കരഞ്ഞുപോയി. ആദ്യായിട്ടാണ് ഉപ്പ കരയുന്നത് കണ്ടത്. കണ്ടുനിന്ന ഉമ്മയും കരഞ്ഞു. ഉപ്പ നോടു തോന്നിയ ദേശ്യം മുഴുവൻ ഇന്റെ കണ്ണിലൂടെ ഒലിച്ചൊ ലിച്ച് തീർന്നു.

അന്നേരത്താണ് ആലുംകടോത്തെ കാസിമ്യാക്ക ഉപ്പാനെ കാണാൻ വന്നത്. കാസിമ്യാക്കാനെ കാണുമ്പളൊക്കെ ഇനിക്ക് ഉള്ളാലെ ചിരി വരും; ഇനിക്ക് പറ്റിപ്പോയ പോഴത്തെക്കുറി ച്ചോർത്തിട്ട്. ഓത്തുപള്ളീൽ ചേർക്കുന്നതിന്റെ തലേന്ന് ബീരാൻകുട്ട്യാക്കാന്റെ പീട്യേല് മുടി വടിപ്പിക്കാൻ പോയപ്പളാണ് ആദ്യായിട്ട് കാസിമ്യാക്കാനെ കണ്ടത്. ഒരു പെരുത്ത മനുശൻ. കണ്ണുമ്മല് നൊറച്ചും കട്ടിപ്പുരികം. കണ്ണു രണ്ടും ചൊക്കിപ്പഴം പോലെ ചോന്നിട്ട്. കണ്ടപ്പം തന്നെ പേടിയായി. ഈ മുപ്പരായി രിക്കും പടച്ചോൻ എന്ന് ഞാനൊറപ്പിച്ചു. പിന്നെ അയാളെ കാണു മ്പളൊക്കെ പാത്താൻ മുട്ടും.

അക്കൊല്ലത്തെ മഴക്കാലത്ത് വെള്ളം കേറി തോടുപോലെ യായ നെരത്തുമ്മക്കൂടി പാൽപാത്രം ഒഴുക്കിക്കൊണ്ട് പോവുമ്പം

രണ്ടാൾക്കാർ തമ്മിൽ അടികൂടുന്നത് കണ്ടു. ഒന്ന് ഉടുമ്പ് മായിൻക്ക. മറ്റേ ആളെ തിരിച്ചറിഞ്ഞപ്പം അന്തംവിട്ടു നിന്നു പോയി. പടച്ചോൻ! ഉടുമ്പിന്റെ ചവിട്ടും കുത്തുംകൊണ്ട് പടച്ചോൻ ഒടിഞ്ഞുകുത്തി വെള്ളത്തിലേക്ക് വീണു.

"എടാ കള്ളക്കാസിമ്യേ നെന്റെ വമ്പത്തരം ഈ ഉടുമ്പിന്റെ ടുത്ത് വേണ്ടട്ടോ."

അങ്ങനെ പറഞ്ഞ് ഒരു ചവിട്ടും കൂടി കൊടുത്തു മായിൻക്ക. ഈ കാസിമ്യാക്കാനെ പടച്ചോനാക്കിക്കരുതിപ്പോയല്ലോന്നാലോ യ്ച്ചപ്പം ഇനിക്കാകെ ചേപ്ര തോന്നി.

കാസിമ്യാക്കാനെ കാണാൻ ഉപ്പ കോലായിലേക്ക് പോയപ്പം ഞാനും ചെന്നു പിന്നാലെ. കാസിമ്യാക്കാ മോന്റെ കത്ത് വായി പ്പിക്കാൻ വന്നതാണ്. അയാളുടെ മൂത്തമോൻ കുവൈത്തിലാണ്.

ഉപ്പ കത്ത് വായിക്കാൻ തുടങ്ങി.

"പിരിശപ്പെട്ട ബാപ്പയും ഉമ്മയും ശേഷം എല്ലാവരും അറി യാൻ ഉമ്മർകോയ എഴുതുന്നത്. ആദ്യമായി എല്ലാവർക്കും ഏറ്റം പിരിശത്തിൽ സെലാം....

നെബീസുന്റെ കല്ല്യാണക്കാര്യോം പൊരപ്പണി തീർക്കുന്ന കാര്യോം ബാപ്പ പിന്നേം പിന്നേം ഓർമ്മിപ്പിക്കണോന്നില്ല. ഒക്കെ ഇന്റെ മനസ്സിലുണ്ട്. ഞാനിങ്ങോട്ട് പോന്നത് തന്നെ അതൊക്കെ മൂട് കൂട്ടാനല്ലേ? എന്താക്കാനാണ് ബാപ്പാ ഇനിക്ക് എത്തം വരു ന്നില്ല. കൊറഞ്ഞ ശമ്പളക്കാരനായ ഞാൻ ആവുമ്പോലെയൊക്കെ ഈറ്റിയുരുക്കി അങ്ങോട്ടയക്കുന്നുണ്ട്....

ഒന്നും രണ്ടും കൊല്ലം കൊണ്ട് ലക്ഷങ്ങളുണ്ടാക്കി നാട്ടി ലേക്ക് മടങ്ങിവന്ന് ബംഗ്ലാവും മാളേം പണിയുന്നോരെ കാണുമ്പം ബാപ്പ വിചാരിക്കും ഞാനും പെരുത്ത് സമ്പാദിച്ചു കൂട്ടുന്നുണ്ടാവുന്ന്. അതൊക്കെ കള്ളത്തരത്തിലുണ്ടാക്കുന്ന പൈസയാണ് ബാപ്പാ. അങ്ങനെ ഉണ്ടാക്കണോന്ന്ണ്ടെങ്കിൽ ഇനിക്കും കഴിയും. അറബി പീടിക ഇന്നെ വിശ്വസിച്ചേല്പിച്ച താണ്. കണക്കും കാര്യോം പിടിയില്ലാത്ത അറബിയെ പറ്റിച്ച് അടിയോടെ വാരിയാലും മൂപ്പര് പെട്ടെന്നൊന്നും അറിയൂല. പക്ഷേ, അതൊന്നും നമ്മക്ക് പാടില്ലാലോ ബാപ്പാ...."

ഇത്രയും വായിക്കുമ്പളേക്കു തന്നെ കാസിമ്യാക്കാ പറഞ്ഞു:

"മതി മൊയ്തീനേ ബായിച്ചത്.... ഓന്റെ പൊണ്ണത്തരോം

പോയത്തോം നീട്ടിപ്പരത്തി എയ്ത്യേതൊന്നും ഇനിക്ക് കേക്ക
ണ്ട. കടിഞ്ഞുൽ പൊട്ടൻന്നൊക്കെ പറഞ്ഞ്കേട്ട്ക്ക്ണ്.... നാലും
എവനെന്തൊരു ഹമുക്കായിപ്പോയീന്നാ ഞാനാലോയ്ക്കുന്നത്."

"കട്ടിറ്റായാലും വെട്ടീറ്റായാലും കിട്ടുന്നത് വാരി നാട്ടിലെ
ത്തിക്കാനല്ലാണ്ട് പറമ്പും പൊരേം പണയംവെച്ച് മന്ശമ്മാരാ
രെങ്കിലും കടല് കടന്ന് പോവോ? അയ്യൊരു ചിന്ത ഇന്റെ മൊയ
ന്റെ തലേല് മാത്രെന്താ ഉദിക്കാത്തത്....?"

അന്നേരം ഉപ്പ കൊടുത്ത മറുപടി കേട്ടപ്പം ഇന്റെ കണ്ണങ്ങ്
തള്ളിപ്പോയി.

"ഞാനെന്ത് പറയാനാ കാസ്മിക്കാ? ഒക്കെ ഒരു യോഗാന്ന്
കരുതി സമാധാനിക്ക്യ.... ഇങ്ങളെ മൂത്തോൻ അങ്ങനൊരു
പൊണ്ണനായിപ്പോയി. ഓനെ അക്കരെ കടത്തുന്ന നേരംകൊണ്ട്
രണ്ടാമത്തോനെ അയച്ചീർന്നെങ്കിൽ ഇങ്ങളെ സകല ദുരിതോം
ഇപ്പം തീർന്നിട്ടുണ്ടാവായിനും...."

ഒരുത്തന്റേം കാൽകാശ് കക്കരുത്ന്ന് ഇന്നോട് പറഞ്ഞ ഉപ്പ
തന്നെയാണോ ഇപ്പറയുന്നത്? ഇന്റെ ബദരീങ്ങളേ! ഈ മുതിർന്ന
മനുശമ്മാരിതെന്താ ഇങ്ങനെ?!

<h1 style="text-align:center">ഏഴ്</h1>

അഞ്ചിലേക്ക് ജയിച്ചപ്പംതൊട്ട് സ്കൂളിൽ പോകാനൊരു ഉഷാറൊക്കെ തോന്ന്ണ്ണ്ട്. ശാരടിമാഷെ ക്ലാസായതോണ്ടാണ് പോകാനിത്ര ഹരം. മൂപ്പരെ ക്ലാസിന്റെ കേമത്തം പറഞ്ഞാൽ തീരൂല. എന്തെല്ലാം കഥകളാണ് മാഷ്ക്ക് പറയാനുള്ളത്! കേട്ടാലും കേട്ടാലും പൂതി തീരാത്ത കഥകൾ! മാഷതൊക്കെ പറയുന്ന ചേലുണ്ടല്ലോ, അതുപോലെ പറയാൻ വേറൊരാൾക്കും പറ്റൂല. കഴുതപ്പൊറത്ത് പേടിച്ചരണ്ടിരിക്കുന്ന ഉദ്ദണ്ഡനും മലയി ലേക്ക് വല്യ പാറക്കല്ല് ഉരുട്ടിക്കേറ്റി താഴോട്ടുതന്നെ തള്ളിയി ടുന്ന നാറാണത്ത് ഭ്രാന്തനും ദയ എന്ന പെങ്കുട്ടീം സിന്റ്റല്ലയു മൊക്കെ മനസ്സിന്റകത്ത് കൊത്തിവെച്ചപോലെ കെടക്കുന്നത് മാഷെ പറച്ചിലിന്റെ ജോറ് കൊണ്ടാണ്.

മാഷ് പദ്യം ചൊല്ലുന്നത് കേട്ടാൽ ഒലിച്ചുപോവുന്ന വെള്ളം നിന്നുപോവുംന്ന് ശാന്തമ്മ ടീച്ചർ പറഞ്ഞത് വെറുതെയല്ല. അപ്പ റത്തും ഇപ്പറത്തൊന്നും പിന്നെ ക്ലാസ് നടക്കൂല. എല്ലാ കുട്ട്യോളും ഞാളെ ക്ലാസിലേക്ക് കാത് കൂർപ്പിച്ചിരിക്കും.

വടീന്ന് പറഞ്ഞ സാധനം മാഷ് കയ്യോണ്ട് തൊടൂല. നാലും മാഷെ ക്ലാസില് ആരും ഒരു കുരുത്തക്കേടും ഒച്ചപ്പാടും ഉണ്ടാ ക്കൂല. അത്രയ്ക്കിഷ്ടാണ് കുട്ട്യോക്ക് മാഷോട്. എടക്കെടക്ക് മാഷെ വക കുട്ട്യോക്ക് മുട്ടായിയുണ്ടാവും. പൊരേന്നൊന്നും

തിന്നാണ്ട് വരുന്ന കുട്ട്യോളെ കണ്ടാൽ മാഷ്ക്ക് വേഗം മനസ്സി
ലാവും. ഓരിക്ക് മാഷ് എന്തെങ്കിലും തിന്നാൻ വാങ്ങിച്ചുകൊടു
ക്കും. പെണ്ണും പെടക്കോഴിയുമില്ലാത്ത എന്റെ മക്കൾ നിങ്ങളാ
ണെന്ന് മാഷെപ്പളും പറയും.

രാമന്റേം സീതന്റേം അർജ്ജുനന്റേം കർണ്ണന്റേം ശകുനിന്റേം
കഥ മാത്രമല്ല, ആദംനബിക്ക് സുജുദ് ചെയ്യാൻ പറഞ്ഞപ്പം ചെയ്യൂ
ലാന്ന് പറഞ്ഞ് പടച്ചോനോട് കിബ്റ് കാണിച്ച ഇബ്ലീസിന്റെ
കഥേം മാഷ്ക്ക് അസ്സലായിട്ടറിയാം. ലഅ്നത്താക്കപ്പെട്ട പഹയൻ
ആരാണ്ന്ന് മാഷൊരു ദിവസം ചോദിച്ചപ്പം ഞാനും മൂസ്സക്കു
ട്ടിയും മൊയ്തീൻകോയേം ആയിശക്കുട്ടിയും ഒന്നിച്ച് പറഞ്ഞു:
"ഇബ്ലീസ്." നാലോ ആയിരം ജാഹില് കൂട്യാല് ആരാണ്ന്ന്
ചോദിച്ചപ്പം ആർക്കും ഉത്തരം പറയാൻ കഴിഞ്ഞില്ല. ഒടുല് മാഷ്
തന്നെ പറഞ്ഞു: "അബൂജാഹില്."

ഒരുദിവസം ക്ലാസില് വന്നപാടെ മാഷ് ബോഡുമ്മലെഴുതി
വെച്ചു: "മാതാ പിതാ ഗുരു ദൈവം!" ഇന്നട്ട് അത് വിസ്തരിച്ച്
പറയാൻ തൊടങ്ങി. ഉമ്മയും ബാപ്പയും ഗുരുക്കന്മാരും ദൈവ

ത്തെപ്പോലെയാണെന്നും, ഓരെ ബഹുമാനിക്കാത്തോര് നല്ലവ രല്ലെന്നും മാഷ് പറഞ്ഞപ്പം അന്നംപൊന്നാരി കുഞ്ഞിക്കാട്ടറി നൊരു സംശ്യം: "ആരാ മാശ്റ്റേ ഗുരുക്കമ്മാര്?" അപ്പളാണ് തിരു മണ്ടൻ അലവിക്കുട്ടി പറഞ്ഞത്: "അതെന്താത്തപ്പെരുത്ത് ചോയ്ക്ക്യാനുള്ളത്? കുറുക്കമ്മാര് തന്നെ!" അതുകേട്ട് ക്ലാസൊ ന്നായിട്ട് ചിരിച്ചെങ്കിലും മാഷ് ചിരിച്ചില്ല. അലവിക്കുട്ടിയെ തുറി ച്ചുനോക്കിക്കൊണ്ട് മാഷങ്ങനെ നിന്നു കൊറച്ചുനേരം, പിന്നെ മാഷും ചിരിച്ചു വല്യ ഒച്ചയില്.

നമ്മളെ പഠിപ്പിക്കുന്നോരെയാണ് ഗുരുക്കമ്മാരെന്ന് വിളിക്കു ന്നത്ന്ന് പറഞ്ഞുതന്ന മാഷ്, എന്ത് കാര്യം നമ്മളെ പഠിപ്പിക്കു ന്നോരും അക്കൂട്ടത്തില് പെടുമെന്നും പറഞ്ഞു. വയസ്സിനു മൂത്ത എല്ലാരോടും നമ്മക്ക് ബഹുമാനം വേണം. മൂത്തോരെ പേര് വിളി ക്കരുത്. ഏട്ടാന്നോ, ഇക്കാന്നോ കൂട്ടി വിളിക്കണം....

അന്നു വൈകുന്നേരം ഞാനും മൂസ്സക്കുട്ടിയും സുരേഷും മാഷെ കൂട്ടത്തിലാണ് സ്കൂളിന്ന് മടങ്ങേ്യത്.

മാഷ് പറഞ്ഞ ഓരോ തമാശക്കഥ കേട്ട് അങ്ങനെ നടക്കുമ്പം കൊറേ വയസ്സ് തോന്നിക്കുന്ന ഒരാളെ വഴീല് വച്ച് കണ്ടു. ഞാളെ ക്ലാസിലെ പേങ്ങന്റെ അച്ഛനാണതെന്ന് മൂസ്സക്കുട്ടി പറഞ്ഞു. ആ വയസ്സൻ അടുത്തെത്ത്യപ്പം മാഷ് ചോദിച്ചു:

"എന്താടോ കര്യാത്താ, നെന്റെ ചെക്കനെ കൊറച്ചീസായി സ്കൂളിക്ക് കാണ്ണില്ല?"

തലേല് കെട്ടിയ മുണ്ടെടുത്ത് തൊക്കിലിടുക്കി തലചൊ റിഞ്ഞും കൊണ്ട് വയസ്സൻ പറഞ്ഞു:

"ചെക്കന് ശർദ്ദീം പനീം പിടിച്ചതോണ്ടാ തമ്പ്രാൻ മാഷേ."

ഈ ചോദ്യ്വാം മറുപടീം കേട്ടപ്പോ ഞാനും മൂസ്സക്കുട്ടീം സുരേഷും തമ്മാമ്മില് നോക്കി. മൂത്തോരെ പേര് വിളിക്കരുതെന്ന് ഈ മാഷല്ലേ പറഞ്ഞുതന്നത്. ന്ട്ടപ്പം...?

പറമ്പില് കൊത്താൻ വരുന്ന പറങ്ങോടൻ മൂപ്പരെ ഉമ്മയും ഉപ്പയുമൊക്കെ പേരാണ് വിളിക്കലെന്നും ഇനിക്കപ്പളോർമ്മവ ന്നു.

"ജ്ജെന്തെടോ പറങ്ങോടാ ഇന്നലെ ഓലചിന്താൻ വന്നീ ല?"

അങ്ങനാണ് ഇന്നാളൊരു ദിവസം ഓത്തുപള്ളീലെ സെദ

റുസ്താദും മൂപ്പരോട് ചോദിച്ചത്.

പൊരേലെത്തേ്യപാട് ഉമ്മാനോട് ഞാൻ ചോദിച്ചു:

"എമ്പാടും വയസ്സുള്ള പറങ്ങോടൻ മൂപ്പരെ എന്തിനാ എല്ലാരും പേര് വിളിക്കുന്നത്?"

"പോടാ, ബഡ്ക്കൂസേ. ഓന്റൊരു മാഞ്ഞാളച്ചോദ്യം!"

അങ്ങനെ പറഞ്ഞ് ഉമ്മ തിരിഞ്ഞൊരു നടത്തം.

എട്ട്

നൊച്ചിക്കാട്ടെ കുഞ്ഞെളാമാന്റെ മാപ്പിള മജീദെളാപ്പ ഏതോ ബാങ്കിൽ മാനേജരാണ്. നൊച്ചിക്കാട് പൊഴന്റടുത്ത് സ്റ്റൈലനൊരു മാളികപ്പൊരയിലാണ് ഓര് പാർക്കുന്നത്. പുതുപുത്തനൊരു മാരു തിക്കാറും വാങ്ങീക്ക്ണ് എളാപ്പ. നല്ല വെണ്ണീറ്റിന്റെ നെറം. തൊടുമ്പളെന്തൊരു മിനുസാണ്! കൈയെടുക്കാൻ തോന്നൂല. ഉള്ളിൽ കേര്യാലത്തെ കഥ പറയണ്ട. ബുലൂദ്ദിന്റെ പട്ടുകൊ ണ്ടാണ് സീറ്റൊക്കെ പൊതിഞ്ഞത്. ഏസീന്റെ സുച്ചുംകൂടി ഇട്ടാൽ പിന്നെ സൊർഗ്ഗത്തിലിരിക്കുമ്പോലെ തോന്നും.

കുഞ്ഞെളാമാക്ക് ഒറ്റ മോനേയുള്ളൂ – ബശീർ. ഇനിക്കും ഓനിക്കും തമ്മിൽ ഒരു മാസത്തെ മൂപ്പെളമയേ ഉള്ളുന്നാണ് ഉമ്മ പറഞ്ഞത്. ഞാള് വെല്യ ചങ്ങാതിമാരാണ്. ഒറ്റ സങ്കടേള്ളൂ... കൊല്ലപ്പരീക്ഷ കഴിഞ്ഞ് സ്കൂള് പൂട്ട്യാൽ ഞാളവിടെ ഓൻ പാർക്കാൻ വരുമ്പളേ ഓനെ കാണാനും ഓന്റൊപ്പം കളിക്കാനും പറ്റൂ.

ഓൻ പാർക്കാൻ വന്നാൽ പിന്നെ ഹരം തന്നെ. ഓന്റൊപ്പം എവിടെയൊക്കെ ചുറ്റിയടിച്ചാലും ആരും ഒന്നും പറയൂല. ഇത്തിൾ തോട്ടിൽ ചൂണ്ടലിടാൻ പോകാം. മാക്കാം പള്ളിക്കൊള ത്തിൽ നീന്തിക്കുളിക്കാം. വൈകുന്നേരം ചേരിക്കൽ മൈതാനത്ത് പോയി ക്രിക്കറ്റ് കളിക്കാം. പന്തും ബേറ്റും ബശീർ വരുമ്പം

കൊണ്ടരും.

ഉമ്മ പറയും:

"മജീദ് പിയാപ്ല വരച്ച വരമ്മല് നിർത്തീട്ടാണ് ഓനെ വള ത്ത്ന്നത്. ഒന്ന് നൂർന്ന് നിന്ന് വീർപ്പയക്കാനും കൂടി സമ്മയിക്കൂ ല. ഏത് നേരത്തും പടിത്തം തന്നെ. ഏതോ വല്യ ഇങ്ക്ലീസ് സ്കോളിലാണ് ഓൻ പഠിക്കുന്നത്. അതോണ്ടായിരിക്കും മൂപ്പര് ഓനെ ഒന്ന് കളിക്കാനും ചിരിക്കാനും കൂടി വിടൂല. ഒരു കണ ക്കില് നോക്കുമ്പം മൂപ്പരെ കുറ്റം പറഞ്ഞുടാ. പെരുത്ത് പൈസ ചെലവാക്കി പഠിപ്പിക്കുന്നതല്ലേ? അതിനൊത്തോണം ഓൻ പഠിച്ച് വലുതാകാണ്ട് പറ്റുലാലോ....?"

"എന്തായാലും പൂതി കെടുമ്മാറ് പാഞ്ഞും മണ്ടീം കളി ക്കാനാ സ്കോള് പൂട്ടുമ്പം ഓനിങ്ങോട്ട് പാഞ്ഞുവരുന്നത്. അതോണ്ട് ഇന്റെ മോൻ ഓന്റൊപ്പം ഏടാന്ച്ചാല് പോയി കളി ച്ചോ. മേണ്ടാത്ത കുരുത്തക്കേടൊന്നും ഉണ്ടാക്കാഞ്ഞാ മതി...."

ഉമ്മ പറഞ്ഞതൊക്കെ ശര്യാന്നാ ബശീറും പറഞ്ഞത്. ഓനിക്കടെ ഒന്നിനും സോതന്ത്ര്യല്ല. കണ്ണ് നുള്ളിപ്പൊളിക്കുമ്പം തൊട്ട് നട്ടപ്പാതിര വരെ എഴുത്തും വായനേം തന്നെ....

"ഇന്നാലെന്താ, പേന്റും ടൈയും, ഷൂസുമൊക്കെയായി സ്റ്റൈലായി ഒരുങ്ങിപ്പൊറപ്പെട്ട് ഏ സി കാറിൽ കേറി സ്കൂളിൽ പോകുന്നതും വരുന്നതും ഒരു പത്രാസല്ലേ? മണിമണിയായി ഇംഗ്ലീഷ് പറയാനും പഠിക്കാലോ?"

ഞാൻ ചോദിച്ചു.

അന്നേരം ഓൻ പറഞ്ഞു:

"അതൊക്കെ വലിയ ഗമയും പത്രാസുമാണെന്ന് കരുതു ന്നോർക്ക് അങ്ങനെ തോന്നുമായിരിക്കും. ഇനിക്കതൊക്കെ വല്ലാത്ത പ്രയാസമായിട്ടാണ് തോന്നുന്നത്. സത്യം പറഞ്ഞാൽ ഇനിക്ക് നെന്നോട് അസൂയ തോന്നുന്നു. കുളത്തിലെ കുളിയും, തോട്ടിലെ ചൂണ്ടയിടലും, സൈക്കിൾ സവാരിയുമൊക്കെയായി എന്തൊരു രസമായിരിക്കും നിന്റൊപ്പം ഇവിടെ കഴിയാൻ! ഇവിടെ നീ പഠിക്കുന്ന സ്കൂളിലായിരുന്നെങ്കിൽ ഇവിടെത്തന്നെയങ്ങ് കൂടാമായിരുന്നു. അങ്ങനെയോരോ ആശ കൊണ്ടുനടക്കാമെന്ന ല്ലാതെ ഒന്നും നടക്കുല. ഇന്റെ മൊരടൻ ഉപ്പയോട് അങ്ങനെ

യുള്ള കാര്യങ്ങളൊന്നും പറഞ്ഞൂടെ. അന്നേരം വരും ചാടിക്കടി
ക്കാൻ...."

"നെനക്കത്രക്ക് പൂതിയുണ്ടെങ്കിൽ നെന്റെ വല്ലിപ്പാനെ
ക്കൊണ്ട് ഉപ്പാനോട് പറയിപ്പിച്ചാൽ പോരെ?"

"വല്ലിപ്പയെക്കൊണ്ട് പറയിപ്പിക്കാനോ? അസ്സലായി! മുഖമ
ടക്കി ഒരാട്ട് കൊടുക്കും ഉപ്പ; അത്ര തന്നെ."

"എന്താ നിയ്യിപ്പറയുന്നത്? ഒരുപാട് പഠിപ്പും വിവരവുമുള്ള
നെന്റുപ്പ വല്ലിപ്പാനെ മൊകത്ത് നോക്കി ആട്ടുമെന്നോ? റാളി
വലിച്ചും തലച്ചൊമടെടുത്തും ഒരുപാട് കഷ്ടപ്പെട്ടിട്ടാണ് നെന്റെ
വല്ലിപ്പ ഉപ്പാനെ പഠിപ്പിച്ച് വല്യ നെലേലെത്തിച്ചത്ന്ന് നിയ്യ് പറ
ഞ്ഞില്ലേ? അങ്ങനെയൊക്കെ പോറ്റി വലുതാക്കീട്ട് മോൻ
ബാപ്പാനെ വെലവക്കാണ്ടിരിക്ക്യാ, ആട്ടിക്കളയാന്നൊക്കെപ്പറ
ഞ്ഞാൽ അത് നരകത്തിലായിപ്പോകുന്ന കുറ്റമല്ലേ?"

"എന്നാലേയ്, ഒരു കാര്യം കൂടി നീ അറിയണം. തൊട്ടതിനും
പിടിച്ചതിനുമൊക്കെ ഉപ്പ വല്ലിപ്പയെ ചീത്ത പറയുന്നതും അതു
കേട്ട് വല്ലിപ്പ കരയുന്നതും കാണാതെ കുറച്ചുദിവസമെങ്കിലും
കഴിയാലോന്ന് കരുതീട്ടും കൂടിയാണ് ഞാനിങ്ങോട്ട് പോരുന്ന
ത്. അത് പറയുമ്പളേക്ക് നെറഞ്ഞു തുളുമ്പിയ ഓന്റെ കണ്ണ്
കണ്ടപ്പം ഇനിക്ക് പിന്നെ ഒന്നും ചോദിക്കാൻ തോന്നീല്ല.

ഒൻപത്

പറമ്പിക്കുന്ന് മൊയ്ല്യാരുടെ രാപ്രസംഗം ബഹുകേമമാ
ണ്. ഈരണ്ട് കൊല്ലം കൂടുമ്പം മാക്കാംപള്ളിക്കൽ പറമ്പിക്കുന്ന്
മൊയ്ല്യാരെ കൊണ്ടുവന്ന് രാപ്രസംഗം നടത്തിക്കും. അന്നേരം
പെരുത്ത് ദൂരെനിന്നൊക്കെ ആളുകൾ പ്രസംഗം കേൾക്കാൻ
വരും.

രണ്ടുമൂന്നാഴ്ച നീണ്ടുനിക്കുന്ന രാപ്രസംഗ പരിപാടി തൊട
ങ്ങ്യാൽ പിന്നെ നാട്ടിലാകെ ഒരു ഉത്സവമാണ്. എട്ടൊമ്പത്
മണിയാവുമ്പളേക്ക് സകല പൊരേന്നും ആണും പെണ്ണും തീറ്റീം
കുടീം കഴിച്ച് പള്ളിപ്പറമ്പിലെത്തും. പത്തുമണിക്കാണ് പ്രസംഗം
തൊടങ്ങുന്നത്. പാതിരാകഴീന്നതു വരെ നീളും.

പള്ളിപ്പറമ്പാകെ ഒരു ചന്തപ്പറമ്പിന്റെ ചേലിലാവും. ചായ
ക്കച്ചോടക്കാരൊരു വക. മുട്ടായി തൊടങ്ങിയ ലൊട്ടുലൊടക്ക്
സാധനങ്ങൾ വില്ക്കുന്നോര് വേറെ. കുഞ്ഞീരാൻക്കാന്റെ കാവ
ക്കച്ചോടമുണ്ടാവും ഒരു മൂലയ്ക്ക്. നെലക്കടല വറുത്തത് നടന്ന്
വില്ക്കുന്ന കുട്ട്യോളുമുണ്ടാവും കൊറേ.

പ്രസംഗം തൊടങ്ങുന്നതിന്റെ ഒരു മണിക്കൂറ് മുമ്പേ ബുറുദ
ചൊല്ലൽ തുടങ്ങും. മുത്ത്നബീന്റെ മദ്ഹ്പാടലാണ് ബുറുദ.
കോയിത്തട്ടേലെ മമ്മതാക്കയാണ് ബുറുദക്കാരുടെ നേതാവ്.
ഓരൊരു മൂന്നാലാളങ്ങനെ ഈണത്തിൽ ബുറുദ പാടുന്നത്

കേക്കാൻ നല്ല ഇമ്പമാണ്.

പറമ്പിക്കുന്ന് മൊയ്ല്യാര് ആളൊരു പെരുത്ത മനുശനാ
ണ്. എമ്പാടും നീളവും അതിനൊത്ത തടിയും. നല്ല കിണ്ണം
മണിയുന്ന ഒച്ചേലാണ് മൂപ്പര് വർത്താനം പറയുന്നത്. ആകാശ
ത്തിൻ്റെടിയിലുള്ള മുഴൻ കാര്യാം മൂപ്പരിക്കറിയാന്നാണ് ഉപ്പ പറ
ഞ്ഞത്. മൂപ്പര് പറയുന്ന വല്യവല്യ കാര്യങ്ങൾ നല്ലോണമങ്ങ്
മനസ്സിലായില്ലെങ്കിലും കേട്ടങ്ങനെ ഇരുന്നുപോകും. സംസ്കൃ
തോം, ഇംഗ്ലീഷും, ഹിന്ദിയും, ഉറുദുവും മൂപ്പരിക്കറിയാം. ഇതെ
ല്ലാംകൂടി കൂട്ടിക്കലെർത്തിയാണ് മൂപ്പരെ പ്രസംഗം. പത്തും ഇരു
പതും നാഴ്യ ദൂരത്ത്ന്ന് പോലും ആള്ളേള് പ്രസംഗം കേൾക്കാൻ
വരുന്നതിൽ ഒരതിശയോമില്ല.

വല്യ വല്യ കാര്യങ്ങൾ പറയുന്ന കൂട്ടത്തിൽ കുട്ട്യോളായ
ഞങ്ങക്ക് പഠിക്കാനുള്ള കാര്യങ്ങളും മൂപ്പര് പറഞ്ഞുതരും. ഒരു
ദിവസം മൂപ്പര് പറഞ്ഞു: "ഇന്ന് ഞാൻ ഖിബ്റിനെക്കുറിച്ചാണ്
പറയാനുദ്ദേശിക്കുന്നത്. മുഅ്മിനീങ്ങളേ നിങ്ങൾ മനസ്സിലാക്ക
ണം.... യു അണ്ടർസ്റ്റാന്റ്. അണുമണിത്തൂക്കം ഖിബ്റ് മനസ്സിലു
ള്ളവർ സ്വർഗ്ഗത്തിൽ കടക്കുലാ.....ാ...ാ.... ഞാനെന്ന ഭാവമുണ്ട
ല്ലോ..... ഞാൻ തന്നെ കേമൻ എന്ന ഹുങ്കുണ്ടല്ലോ....
ഇംഗ്ലീഷിലതിന് 'ഈഗോയിസം' എന്ന് പറയും. അതുള്ളവൻ
സ്വർഗ്ഗം കൊതിക്കണ്ടാ....ാ....ാ..... ചാഹിയേ മത്....നഊദു ബില്ലാ
ഹ്.....പടച്ചവൻ കാക്കട്ടെ...."

അങ്ങനെയങ്ങനെ ഒരു താളത്തിൽ മൂപ്പര് രസംപിടിച്ച് പറ
യുന്നതിനെടയിൽ മുന്നിലിരിക്കുന്ന മൂന്നാലാൾക്കാര് ഒറക്കം
തൂങ്ങി. അത് കണ്ടപ്പം മൊയ്ല്യാർക്ക് ദേശ്യം വന്നു. മൂപ്പര്
പെട്ടെന്ന് പ്രസംഗം നിർത്തി കൊറച്ചു നേരം മിണ്ടാതിരുന്നു.
താലോലം പാടുന്നത് നിർത്തുമ്പം തൊട്ടിലിൽ കെടക്കുന്ന കുട്ടേ
്യാള് ഒറക്കം ഞെട്ടുന്നതുപോലെ മുന്നിലിരുന്ന് തൂങ്ങ്യോരൊക്കെ
ഞെട്ടിയെണർന്നു. അന്നേരം മൊയ്ല്യാർ പറഞ്ഞു:

"ഇതൊരു പ്രബുദ്ധമായ സദസ്സാണെന്ന് കരുതി വലിയ
വലിയ കാര്യങ്ങൾ പറഞ്ഞ എനിക്ക് തെറ്റിപ്പോയെന്ന് ബോദ്ധ്യ
മായി. എന്റെ പ്രസംഗത്തിന്റെ നിലവാരത്തിലേക്കുയരാൻ
നിങ്ങൾക്കാവില്ലെന്നിരിക്ക നിങ്ങളുടെ ബുദ്ധിനിലവാര

ത്തിലേക്ക് ഞാനെന്റെ പ്രസംഗം താഴ്ത്തിക്കൊണ്ടുവരാം."

നാട്ടിൽ വല്യ മാളികപ്പൊരയുള്ളത് ഹൈദരാജിക്കു മാത്ര മാണ്. അവിടെ ഒരു മുറിയിൽ എ സി പിടിപ്പിച്ചിട്ടുണ്ട്. പറമ്പി ക്കുന്ന് മൊയ്ല്യാർ വന്നാൽ ആജ്യേരെ മാളികപ്പൊരേലേ പാർക്കൂ. എ സി പിടിപ്പിച്ച മുറി മൂപ്പർക്ക് ഒഴിഞ്ഞു കൊടുക്കണം.

"എമ്പാടും കേളിയുള്ള വല്യ മൊയ്ല്യാരല്ലേ? അപ്പം പിന്നെ അതിന്റെ നെലക്കൊത്ത സൗകര്യമൊക്കെ മേണമന്ന് മൂപ്പർ പറ ഞ്ഞാലെന്താ തെറ്റ്? മൂപ്പരങ്ങനെയൊന്നും ചോയിച്ചില്ലെങ്കിലും ഞമ്മള് ഒരുക്കിക്കൊടുക്കണ്ടതല്ലേ....?"

ഒരുദിവസം ഉപ്പ ഉമ്മാനോട് പറയുന്നതു കേട്ടു.

തീറ്റീം കുടീന്റേം കാര്യത്തിലും മൊയ്ല്യാർക്ക് ഒരുപാട് ശർത്തുകളുണ്ട്. മുന്തിയ തീറ്റിസാധനങ്ങളുണ്ടാക്കിക്കൊടു ത്താലേ മൂപ്പർ തിന്നൂ. നാട്ടിലെത്തുന്ന ദെവസം തന്നെ പോവു ന്നതുവരെയുള്ള ഓരോ ദെവസോം എന്തൊക്കെയാ വെച്ചുവെ ള്ളമ്പണ്ടത്നുള്ള ഒരു ലിസ്റ്റ് മൂപ്പർ കൊടുക്കും. അതൊരു സൗക ര്യാണ്ന്നാണ് ഹൈദരാജി ഉപ്പാനോട് പറഞ്ഞത്.

"ലിസ്റ്റിലുള്ളതുപോലെ എന്താച്ചാൽ ഉണ്ടാക്കിക്കൊടുത്താ പ്പിന്നെ അലമ്പില്ലാലോ. ഞമ്മളായിട്ട് ഓരോന്നുണ്ടാക്കിക്കൊടു ത്തിട്ട് മൂപ്പരിക്കത് പറ്റീല്ലെങ്കില് അതൊരേനക്കേടല്ലേ....?"

അണുമണിത്തൂക്കം ഖിബ്റുള്ളോൻ സൊർഗ്ഗത്തിൽ കടക്കൂ ലാന്ന് പ്രസംഗിച്ച മൊയ്ല്യാർ ഇങ്ങനെയൊക്കെ വലിമത്തരം കാട്ട്യാൽ അത് ഖിബ്റാവൂലേന്ന് ഉപ്പാനോട് ചോദിച്ചാലോന്ന് പല പ്രാവിശ്യം ആലോയ്ച്ചതാണ്. എന്തിനാണ് പിന്നേം പിന്നേം ചന്തി പൊളിക്കുന്നത്നാലോയ്ച്ച് മിണ്ടാണ്ടിരുന്നു.

പത്ത്

മു**ല്ലോളിക്കൽ** തറവാട്ടിലാണ് സീതിത്തങ്ങളും കുടുംബവും പാർക്കുന്നത്. ആ തറവാട്ടിന്റകത്ത് ഒരു ജാറമുണ്ട്. പണ്ടെപ്പളോ മരിച്ചു പോയ ഏതോ തങ്ങളുപ്പാപ്പാന്റെ ജാറമാണ്. കൊല്ലത്തി ലൊരിക്കൽ അവിടെ വല്യ നേർച്ച കഴിക്കും. നാട്ടിലുള്ളോരെല്ലാം നേർച്ചച്ചോറ് ബെയ്ക്കാൻ അവിടെയെത്തും. നാട്ടുകാർ നേർച്ച യാക്കുന്ന പൈസകൊണ്ടാണ് നേർച്ച നടത്തൽ. എമ്പാടും പൈസയും അരിയും നെയ്യും മസാല സാധനങ്ങളും നേർച്ച യായി കിട്ടും. ചെലർ കോഴീനെയും നേർച്ചകൊടുക്കും. കോഴീ നക്കിട്ട്യാൽ അത് തങ്ങളെ പൊരക്കാർ അറുത്ത് കൂട്ടും. തങ്ങളെ പൊരേലെ കാര്യസ്ഥനായ ചേക്കുണ്ണ്യാക്കാക്കും കിട്ടും മൂന്നാ ലെണ്ണം.

നേർച്ചക്ക് ബെയ്ക്കാൻ വരുന്നോർക്ക് നെയ്ച്ചോറും പോത്ത് കറിയും വെച്ചുവിളമ്പും. തങ്ങളെ കൂട്ടക്കാർക്കും കുടുംബ ക്കാർക്കും നാട്ടിലെ കാര്യപ്പെട്ടോർക്കും മാസറയിട്ട് വെളമ്പിക്കൊടുക്കും. ഓരെ ബെയ്പ്പൊക്കെ കഴിഞ്ഞാലേ ബാക്കി യുള്ളോർക്ക് കിട്ടൂ. ഓരോ വസ്സിയുമായിട്ട് വരിയായി നിക്കണം. വരുന്നോർ വരുന്നോർ വരീല് നിക്കാൻ തൊടങ്ങ്യാപ്പിന്നെ ഒരു കൂട്ടപ്പൊരിച്ചലാണ്. കാത്ത്കെട്ടി നിക്കുന്നോർക്ക് മുഴുവനും ചോറ് കിട്ടൂലാന്നറിയുന്നതോണ്ട് പിന്നിലായിപ്പോയോർ ഉന്തും തള്ളുമുണ്ടാക്കി മുന്നിലേക്ക് ചാടും. അന്നേരം മുന്നിലുള്ള

കൊറേ ആൾക്കാര് വരീന്ന് പൊറത്താകും....

എങ്ങനെയായാലും കൊറേ സാധുക്കള് ചോറ് കിട്ടാണ്ട് മട ങ്ങണം. നിലവിളിക്കുന്ന കുട്ട്യോളുടെ കൈയും പിടിച്ച് മടങ്ങി പ്പോകുന്ന പെണ്ണുങ്ങളും കരയുന്നുണ്ടാവും. വെറുംകൈയുമായി മടങ്ങിപ്പോകാൻ മടിച്ച് തങ്ങിനിക്കും ചെലര്. ഓരെയൊക്കെ വിളിച്ച് എന്തെങ്കിലും ചില്ലറപ്പൈസ നുള്ളിക്കൊടുക്കാൻ വല്യ തങ്ങള് കാര്യസ്ഥൻ ചേക്കുണ്ണ്യാക്കാനെയാണ് ഏല്പിക്കൽ.

ഉപ്പാവാന്റെ വകേലൊരു പെങ്ങളെ മോളെ മോൻ ജലീൽക്ക നേർച്ചയെയും അവിടത്തെ കളികളെയുമൊക്കെ എതിർത്ത് പറ യുന്ന ആളാണ്. മൂപ്പര് എടക്കൊക്കെ പൊരേല് വരും; ഉപ്പ പൊരേ ലില്ലാത്ത നേരം നോക്കി. ഇന്നട്ട് പെണ്ണുങ്ങളോട് മൂപ്പരെ വക വല്യ പ്രസംഗമാണ്. മൂപ്പര് ഓരോന്ന് പറയേ്യം ചോദിക്കേ്യം ചെയ്യുന്നത് കേക്കുമ്പം ഒക്കെ ശര്യാന്ന് തോന്നും. എന്തിനും ഞായം പറയുന ഉമ്മയും അമ്മായിയും ജലീൽക്കാന്റെ ചോദ്യ ത്തിനൊന്നും മറുപടി പറയാങ്കഴിയാണ്ട് തപ്പിക്കളിക്കും. സഹി കെടുമ്പം ഉമ്മാക്കൊരു പറച്ചിലുണ്ട്: "ബെറുതേ ഞാളെയും കൂടി പെയപ്പിക്ക്യാണ്ട് ഇഞ്ഞ്യന്റെ പാട്ടിന് പോട് ജലീലെ.... ഞാക്കി വിടെ എമ്പാടും പണിയുണ്ട് തീർക്കാൻ."

മുടിവെട്ടുന്ന ബീരാങ്കുട്ട്യാക്ക ഒപ്പം ഇരുന്നത് കണ്ടപ്പം മാള്യേ ക്കലെ ഹൈദരാജി നേർച്ചച്ചോറ് ബെയ്ക്കാനിരുന്നേടത്ത്ന്ന് ഇണീച്ചുപോയ കാര്യം ജലീൽക്ക പറഞ്ഞാണറിഞ്ഞത്. ബീര്യാ ങ്കുട്ട്യാക്ക നല്ല മന്ശനാണ്. പടച്ചോനെ പേടിയുള്ള കൂട്ടത്തിലാ ണ്. അഞ്ച് നേരോം ഇമാമിന്റൊപ്പം തന്നെ നിസ്കരിക്കും. ഒറ്റ നോമ്പും വിടാണ്ട് നോല്ക്കും. അങ്ങനെയുള്ളൊരാള് ഒപ്പം ഇരു ന്നതിനാണ് ഹൈദരാജി ചോറ് ബെയ്ക്കാണ്ട് എണീറ്റുപോയത്; അയാൾ മുടിവെട്ടുന്ന ആളായിപ്പോയതുകൊണ്ട്.

സംഭവം വിസ്തരിച്ച് പറഞ്ഞ ജലീൽക്ക ചോദിച്ചു:

"അറബിക്ക് അനറബിയെക്കാളും, വെളുത്തവന് കറുത്തവ നെക്കാളും ഒരു ശ്രേഷ്ഠതയുമില്ലെന്നും, അല്ലാഹുവിനെ ആത്മാർത്ഥമായി അനുസരിക്കുകയും ആരാധിക്കുകയും ചെയ്യു നവർക്കുമാത്രമേ അല്ലാഹുവിന്റെ മുന്നിൽ ഏറെ ശ്രേഷ്ഠത യുള്ളൂ എന്നും നബി നമ്മളെ പഠിപ്പിച്ചിട്ടില്ലേ? എന്നിട്ടാണോ

നമ്മളിങ്ങനെ ആളുകളെ ഒസ്സാനെന്നും, പൂസ്സാനെന്നും പറഞ്ഞ് താഴ്ത്തിക്കെട്ടുന്നത്?"

അത് കേട്ടപ്പം കൊറച്ചുനേരം കണ്ണുതുറുപ്പിച്ച് ജലീൽക്കാനെ നോക്കിനിന്ന ഉമ്മയും അമ്മായിയും അടുക്കളയിലേക്ക് പാഞ്ഞ് തടി സെലാമത്താക്കി.

ജലീൽക്ക പോയിക്കഴിഞ്ഞപ്പം ഞാൻ ഉമ്മാനോട് ചോദിച്ചു:

"ജലീൽക്ക പറഞ്ഞതൊക്കെ നേരല്ലേ ഉമ്മാ?"

അന്നേരം ഉമ്മ ചീറ്റി:

"പോടാ, പോ. ഓനേതായാലും തല തിരിഞ്ഞുപോയി. ഇനി നിയ്യും കൂടി ഓനെപ്പോലെ തറുതലയായി നടക്കാനൊരുമ്പെട്ടാ ലുണ്ടല്ലോ, ഉപ്പാനോട് പറഞ്ഞ് നെന്റെ കൈയും കാലും ഒടിച്ചി ടീപ്പിക്കും ഞാൻ; നോക്കിക്കോ...."

പതിനൊന്ന്

നാടുവിട്ടുപോയ ആമിനത്താത്താന്റെ കഥ പറഞ്ഞു തന്നതും ജലീൽക്കയാണ്. ആമിനത്താത്താനെ ആർക്കും കണ്ടൂ ടായിരുന്നു. ചെലോർക്കൊക്കെ അയുമ്മാനെ പേടിയുമായിരുന്നു. 'പടച്ചിപ്പാറൂ'ന്നാണ് സൊകാര്യായിട്ട് എല്ലാവരും വിളിച്ചീർന്നത്. ആരെ മൊകത്ത് നോക്കിയും ഞായം പറയും. പറ്റാത്തത് എവി ടെക്കണ്ടാലും എതിർക്കേം ചെയ്യും.

മുല്ലോളിക്കലെ സീതിത്തങ്ങളോട് തറുതല പറഞ്ഞതോടെ ആമിനത്താത്താക്ക് 'ഒരുമ്പെട്ടോള്' ന്നൊരു പേരുംകൂടി കിട്ടി. സീതിത്തങ്ങളെ വെറുപ്പിച്ചാൽ കുടുംബം കൊളംതോണ്ടുന്നാണ് കാർണോമ്മാര് പറയുന്നത്. അതോണ്ട് മൂപ്പരോട് കമാന്ന് എതിർ പറയാൻ നാട്ടിലെ കൊമ്പമ്മാർക്ക് പോലും ധൈര്യണ്ടായിട്ടില്ല.

ആമിനത്താത്താക്ക് രണ്ട് പൈക്കളുണ്ടായിരുന്നു. കെട്ടി യോൻ മരിച്ച് ഒറ്റാന്തടിയായി കഴിഞ്ഞിരുന്ന അയുമ്മാന്റെ ചെലവ് കഴിഞ്ഞുപോന്നത് ഈ പൈക്കളെക്കൊണ്ടാണ്. അയ്റ്റിങ്ങക്കു വേണ്ട പുല്ലരിഞ്ഞു കൊണ്ടുവന്നിരുന്നതും, പൊറത്ത് തീറ്റാൻ കൊണ്ടുപോയിരുന്നതുമൊക്കെ അയുമ്മ തന്നെയാണ്. ഒരുദിവസം ആമിനത്താത്താക്ക് പുല്ലരിയാൻ പോകാൻ കഴിഞ്ഞി

ചൊല്ലും ചേലും
അബൂബക്കർ കാപ്പാട്

ല്ല. തൊട്ടപ്പറത്ത് മുല്ലോളിക്കലെ കളപ്പൊരേലോണെങ്കിൽ നെറയെ വൈക്കോല് കൂമ്പാരമാക്കി ഇട്ടിരിക്കുന്നു. ആമിനത്താത്ത തങ്ങളെട്ത്ത് ചെന്ന് കൊറച്ച് വൈക്കോല് ചോദിച്ചു. വൈക്കോല് കൊടുത്തില്ലാന്നു മാത്രല്ല തങ്ങൾ മൂപ്പത്തിയെ കളി യാക്കുകയും ചെയ്തു.

"ഞാളെ   വയലിലുണ്ടാക്കുന്നത്   പുല്ലില്ലാത്ത നെല്ലാണ്ന്നറീല്ലേ പടച്ചിപ്പാവോ?"

അതു കേട്ടപ്പം തന്നെ ചുട്ട മറുപടി കൊടുക്കാൻ നാക്കു ചൊറിഞ്ഞെങ്കിലും ആമിനത്താത്ത മിണ്ടാണ്ടങ്ങു പോയി. മുല്ലോ ളിക്കലേക്ക് അടുക്കളപ്പണിക്ക് വിളിച്ചിട്ട് ചെല്ലാത്തതിന്റെ ചൊരുക്ക് തീർത്തതാണ് തങ്ങളെന്ന് അയുമ്മാക്ക് മനസ്സിലായി.

ഈ സംഗതി നടന്ന് ഒന്നുരണ്ടു മാസം കഴിഞ്ഞപ്പം ഒരു ദിവസം സീതിത്തങ്ങൾ കൊറച്ച് ചാണകം വാങ്ങിക്കൊണ്ടരാൻ പണിക്കാരൻ താമിയെ ആമിനത്താത്താന്റുത്തേക്കയച്ചു. താമി കാര്യം പറഞ്ഞപ്പം ആമിനത്താത്ത വല്ലാത്തൊരു ചിരിയങ്ങു പാസാക്കി. ഇന്നട്ട് ചോദിച്ചു:

"ഇപ്പം വരമ്പത്ത്ന്ന് തന്ന്യാണല്ലോ താമ്യേ കൂലി?"

ഒന്നും തിരിയാണ്ട് മിഴിച്ചുനിന്ന താമിയെ നോക്കി മൂപ്പത്തി ബാക്കീം കൂടി പറഞ്ഞു:

"ഞാനിത്തിരി പുല്ലിന് വന്നപ്പം തങ്ങളുപ്പാപ്പ പറഞ്ഞ മറു പടി മൂപ്പരിത്തരവേഗം മറന്നെങ്കിലും ഞാൻ മറന്നിട്ടില്ല. ഇന്റെ പൈക്കള് തൂറില്ലാന്ന് താമി ചെന്ന് പറഞ്ഞേക്ക്...."

സംഭവം കേട്ടോരൊക്കെ അന്തം വിട്ടു.

"ഈ പഹച്ചി എന്തിനുള്ള പൊറപ്പാടാണെണക്കും? തങ്ങളു പ്പാപ്പാന്റെ പിരാക്ക് തട്ടി ഓള് പുഴുത്ത് ചാകുന്നതും കൂടി കാണണ്ടി വരവല്ലോ ബദ്‌രീങ്ങളേ!"

പെണ്ണുങ്ങളായ പെണ്ണുങ്ങളൊക്കെ ബേജാറ് കൊണ്ടു.

സീതിത്തങ്ങളെ ശാപത്തിന്റെ ശക്തിയെപ്പറ്റി പറഞ്ഞ് പേടി

പ്പിച്ച് മൂപ്പത്തിയെക്കൊണ്ട് തങ്ങളോട് മാപ്പ് പറയിപ്പിക്കാൻ ആരൊ ക്കെയോ മെനക്കെട്ടു നോക്കി. പക്ഷേ, ആമിനത്താത്ത കുലു ങ്ങിയില്ല.

ഒരഞ്ചാറു മാസം കഴിഞ്ഞപ്പം ആമിനത്താത്താന്റെ വക വേറൊരു വമ്പൻ ബോംബ്! തെക്കൻ കൊല്ലത്ത്ന്ന് വന്ന സിദ്ധൻ മൊയ്ല്യാരെ കളിയാക്കിയതാണ് കേസ്. വല്യ പണ്ഡിതനാണ് മൊയ്ല്യാര്. എന്ത് സൂക്കേടും മാറ്റിക്കൊടുക്കാനുള്ള കറാമത്തും ഉണ്ട്. മൂപ്പരെക്കൊണ്ട് ദുആ ഇരപ്പിച്ചാൽ ഏത് മഹാപാപിയും സൊർഗ്ഗത്തിൽ കടക്കും....!

ഇതൊക്കെ കേട്ടപ്പം ആമിനത്താത്താക്കൊരു പൂതി. മരിച്ചു പോയ കെട്ടിയോനുവേണ്ടി സിദ്ധൻ മൊയ്ല്യാരെക്കൊണ്ട് ദുആ ഇരപ്പിക്കണം. പൊരേലേക്കൊന്ന് വരാൻ ആളെ അയച്ചപ്പം മൊയ്ല്യാര് ചെല്ലാമെന്നേറ്റു. മരിച്ചുപോയ ആൾക്ക് ഏറ്റം ഇഷ്ടപ്പെട്ട തീറ്റിസാധനങ്ങളുണ്ടാക്കിക്കൊടുത്ത് ദുആ ഇരപ്പി ച്ചാലേ ദുആക്ക് ഫലമുണ്ടാകുകയുള്ളൂവെന്നും പറഞ്ഞയച്ചു മൊയ്ല്യാര്. അങ്ങനെ ചെയ്താൽ ആ സാധനങ്ങളൊക്കെ മരി ച്ചുപോയ മൂപ്പരെ പള്ളയിലെത്തുകയും ചെയ്യും!

വയ്യിന്നേരം സിദ്ധൻ മൊയ്ല്യാര് വന്നപ്പം കെട്ട്യോന് ഏറ്റം ഇഷ്ടപ്പെട്ട രണ്ട് സാധനങ്ങൾ തന്നെ ആമിനത്താത്ത മൊയ്ല്യാ രുടെ മുന്നിൽ വെളമ്പി. ഒരു കുപ്പി കള്ളും, ഒരു പാത്രത്തിൽ പച്ചരി പൊതിർത്തേ്യതും! ഇത് കണ്ടപ്പം മൊയ്ല്യാർക്ക് പിടിച്ച ദേശ്യത്തിനുണ്ടോ കണക്ക്! വാണംവിട്ട പോലെ അയാൾ പാഞ്ഞു പള്ളീലേക്ക്.

സംഗതിയറിഞ്ഞപ്പം നാട്ടിലാകെ വല്യ ഒച്ചപ്പാടായി. ഒടുല് ആമിനത്താത്താനെ മഹല്ല് കമ്മിറ്റി ഊരുവിലക്കി. അതോടെ നാട്ടിൽ നിക്കക്കള്ളിയില്ലാണ്ടായ ആമിനത്താത്ത ഉള്ളതൊക്കെ വിറ്റുപെറുക്കി നാടുവിടുമ്പം കണ്ണീരോടെ ചോദിച്ച ചോദ്യം ഇപ്പളും മനസ്സിൽ കെടന്ന് കലമ്പുന്നൂന്നാണ് ജലീൽക്ക പറ ഞ്ഞത്.

"മൊയ്‌ല്യാര് പറഞ്ഞുതന്നത് പോലെ ചെയ്തൂന്നല്ലാണ്ട് എന്ത് തെറ്റാണ് മക്കളേ ഞാൻ ചെയ്തത്? മരിച്ചുപോയ ഇന്റെ കെട്ട്യോന് ഏറ്റം പിരിശപ്പെട്ട രണ്ട് സാധനം കള്ളും പച്ചരിയുമായിപ്പോയത് ഇന്റെ കുറ്റാണോ?"

പന്ത്രണ്ട്

തറമ്മലെ മോയിറ്റിക്കാനെ കുട്ട്യോൾക്കൊക്കെ വല്യ ഇഷ്ടാ
ണ്. നാട്ടിന്റെ പഴമ്പുരാണങ്ങളൊക്കെ മൂപ്പർക്കറിയാം. നാല്
കുട്ട്യോളെക്കിട്ട്യാൽ എത്രനേരം വേണോങ്കിലും ഇരുന്ന് കഥ
പറയും മൂപ്പർ. കേട്ടിരിക്കാൻ നല്ല ചേലാണ്.

ചേരിക്കൽ പള്ളീന്റെ പടിഞ്ഞാറെ ചരുവിൽ കെട്ടിപ്പൊന്തിച്ച
കബറിനെപ്പറ്റി പറഞ്ഞുതന്നത് മോയിറ്റിക്കയാണ്.

"താനിപ്പൊരേൽ കാദറുട്ട്യാക്ക എന്നൊരു പ്രമാണിയുണ്ടാ
യിരുന്നു നാട്ടിൽ. പൈസന്റെ മുശ്ക്ക് കൊണ്ട് നാട്ടിൽ ഒരുമാതി
രിപ്പെട്ടോരെയൊക്കെ കിടുകിടാ വെറപ്പിച്ചോനാണ്. കിരീടമി
ല്ലാത്ത രാജാവ്നൊക്കെ പറീന്നില്ല്യേ, അത് തന്നെ."

എണ്ണപ്പെട്ട തറവാട്ടുകാരായി അന്ന് നാട്ടിൽ മൂന്നാല് പൊര
ക്കാരേ ഉള്ളൂ. അക്കൂട്ടത്തിൽ പെട്ടോരല്ലാത്തോരാരും പൊരക്ക്
ഓടിടാൻ പാടില്ല. ആരിക്കെങ്കിലും പൈസ കൊണ്ട് എതം വന്ന്
അങ്ങനെയൊരു പൂതി തോന്നിയാൽ കാദറുട്ട്യാക്കാനെ കണ്ട്
സമ്മതം വാങ്ങണം. മൂപ്പരെട്ത്ത്ന്ന് സമ്മതം കിട്ടൽ അത്തറ
എളുപ്പുള്ള കാര്യമല്ല.

കപ്പടാത്ത് ബീരാൻകുട്ടിന്റെ ഉപ്പാവ കുഞ്ഞാല്യാക്ക അക്കാ
ലത്തെ വല്യനയിപ്പുകാരനായിനും. നയ്ച്ചുണ്ടാക്ക്യെ പൈസ

കൊറേ കൈയില് വന്നപ്പം പൊര ഒന്നോട്ടാലോന്ന് അയക്കൊരു പൂതി. പൂതി നടക്കണംന്നുണ്ടെങ്കിൽ കാദറുട്ട്യാക്കാന്റെ നരി മോന്ത കണ്ട് സമ്മതം വാങ്ങണല്ലോന്ന് ആലോയ്ച്ചപ്പം മൂപ്പർക്കൊരു തളർച്ച. പിന്നെ പെണ്ണുങ്ങളും കുട്ട്യോളും പറഞ്ഞ് ധൈര്യം കൊടുത്തപ്പം അയാൾ പൊറപ്പെട്ടു. കണ്ണ് നൊറച്ചും കാണാൻ മാത്രം കാഴ്ച സാമാനങ്ങളും കൊണ്ടാണ് ചെന്നത്.

ന്റ്റെന്താ? കാദറുട്ട്യാക്കാന്റെ മൊകത്തൊരു ചിരീം കൂടി വരുത്താൻ കഴിഞ്ഞില്ല....

അയാളെ മൊരടൻ മോന്തമ്മലേക്ക് നോക്ക്യപ്പം കുഞ്ഞാല്യാക്കാന്റെ മുട്ട് വെറച്ചു. തൊണ്ടയും നാക്കും വരണ്ടു. വായീന്ന് വാക്കൊന്നും പൊറത്ത് വരുന്നില്ല. ഒടുല് സകല ഔല്യാക്കമ്മാ രെയും മനസ്സിൽ വിചാരിച്ച് മുക്കിയും മൂളിയും അയാൾ പറ ഞ്ഞൊപ്പിച്ചു; ന്റെ പൊരയൊന്ന് ചോപ്പിക്കണം ന്നൊരു പൂതി...."

അന്നേരം കാദറുട്ട്യാക്ക ഒറ്റച്ചിരി! അത് കേട്ടപ്പം പൂച്ചകൾ തമ്മിൽ കടിപിടികൂടുമ്പം പൊറപ്പെടീക്കുന്ന ഒച്ചപോലെയാണ് കുഞ്ഞാല്യാക്കാക്ക് തോന്ന്യേത്. പേർത്തും പേർത്തും ചിരിച്ച് മതി വന്നപ്പം കാദറുട്ട്യാക്ക പറഞ്ഞു:

"എടോ കുഞ്ഞാല്യേ. നിയ്യൊരു കാര്യം ചെയ്യ്. മുക്കിലെ പീട്യേന്ന് ഒരു കെട്ട് വെത്തിലയും കൊറച്ച് അടക്കയും പൊക ലയും വാങ്ങിക്കൊണ്ടോയ്ക്കോ. ഇന്നട്ട് നിയ്യും അന്റെ കെട്ട്യോളും കുട്ട്യോളും കൂടി അതങ്ങനെതന്നെ തിന്ന് പൊര പ്പൊറത്തേക്ക് നീട്ടിത്തുപ്പിക്കോ. പൊര നല്ല അസ്സലായി ചോന്നോ ളും...."

ചുരുക്കിപ്പറയാലോ, കുഞ്ഞാല്യാക്കാന്റെ പൊര ഓടിടാനും കഴിഞ്ഞില്ല. അതിനുംവേണ്ടി ഒരുക്കൂട്ടിയ പൈസ കാദറു ട്ട്യാക്കാന്റെ പണ്ടാരത്തിലൊടുങ്ങേം ചെയ്തു.

കാദറുട്ട്യാക്കാന്റെ വമ്പത്തരങ്ങൾ ഇനീം ഒരുപാടുണ്ട് പറ യാൻ. കല്യാണച്ചെറുക്കനായി പെണ്ണിന്റെ പൊരേലേക്ക് പോകുമ്പം ചെമ്പനാല്യാക്കാന്റെ കാലുമ്മന്ന് ചെരുപ്പ് ഊരിച്ചതും ചില്ലറക്കാശ് കടം വാങ്ങ്യേതിന്റെ പേരുംപറഞ്ഞ് മൊയ്തുട്ട്യാ

ജിനോട് മൊയ്ല്യാർ കണ്ടംപറമ്പ് തട്ടിയെടുത്തതും. അങ്ങനെ യങ്ങനെ ഒരു പെരുത്ത് നുരുമ്പ്ര്യാരങ്ങളുണ്ട് മൂപ്പന്റെ കണ ക്കിൽ.”

ഇതൊക്കെക്കൂടി കേട്ടപ്പം ഞാൻ ചോദിച്ചു:

“ഇങ്ങനെയൊക്കെ പോക്കിരിത്തം കാണിച്ച് നടന്ന ആളാ യിട്ടും കാദറുട്ട്യാക്കാന്റെ മയ്യത്തെന്തിനാണ് പള്ളിച്ചരൂൽ തന്നെ മറയടക്ക്യെത്?”

“മൂപ്പരെ കൈയൂക്കിന്റെ കാലമല്ലേ? പള്ളിയാണെങ്കിൽ അയാളെ തറവാട്ടു വകയായി പണി കഴിപ്പിച്ചതും. അപ്പം പിന്നെ അയാളെ മയ്യത്ത് അകമ്പള്ളീൽ തന്നെ മറയടക്കണമെന്ന് പറ ഞ്ഞാലും ആർക്കാ എതിർക്കാംകയ്യ?”

“അങ്ങനാണെങ്കിൽ വല്യ പള്ളീന്റെ ചരുവിൽ കാണുന്ന കബറും പണ്ടത്തെ ഏതോ പ്രമാണിന്റെതായിരിക്കല്ലോ?”

ഇന്റെ ഈ ചോദ്യം കേട്ടപ്പം മോയിറ്റിക്ക ഞെട്ടി. ഇന്റെ വായ പൊത്തിപ്പിടിച്ചുകൊണ്ട് മൂപ്പർ പറഞ്ഞു:

“അങ്ങന്യാന്നും പറയാൻ പാടില്ല മോനേ.... അതേതോ വല്യ ഔല്യാന്റെ കബറാണ്ന്നാണ് പറഞ്ഞുകേട്ടത്.”

“ഔല്യാന്റെ കബറാണെങ്കിൽ ആളെ പേരും വിവരവും എല്ലാർക്കും അറിയേണ്ടതല്ലേ? അതൊന്നും ആർക്കറീലാലോ. പിന്നെങ്ങനെയാ ഔല്യാന്റെ കബറാണെന്ന് ഒറപ്പിച്ച് പറയാമ്പ റ്റുന്നത്?”

എന്തോ കണ്ട് പേടിച്ചപോലെ കണ്ണു തുറുപ്പിച്ച് കൊറച്ചു നേരം ഇന്നെത്തന്നെ നോക്കിനിന്ന മോയിറ്റിക്ക ഒന്നും മിണ്ടാണ്ട് തിരിഞ്ഞൊരു നടത്തം!

പതിമൂന്ന്

ദെറസിലെ വല്യുസ്താദിന് എപ്പളും ദേശ്യാണ്. കുത്താൻ വരുന്ന പോത്തിന്റെ മാതിരിയാണ് നടത്തം. എപ്പളും എന്തെ ങ്കിലും കുറ്റം കണ്ടുപിടിക്കും മൂപ്പർ. "എന്താണ്ടാ ഇബ്ലീസേ തല മറക്കാത്തത്?" "എന്താണ്ടാ ഹറാമ്പറന്നോനേ നേരം വൈക്യേത്?" "എന്താണ്ടാ പോത്തേ തൊള്ള തൊറന്ന് ഓതാ ത്ത്?" "എന്തിനാണ്ടാ കുരിപ്പേ ഒച്ചയിട്ട് അട്ടംപൊട്ടിക്കുന്നത്?"

ഇങ്ങന്യാന്നുമല്ലാണ്ട് ലേശം മയമുള്ള വർത്താനമൊന്നും മൂപ്പരെ വായിന്ന് കേക്കലില്ല. മയത്തിലും ചിരിയിലും ഉസ്താദ് വർത്താനം പറയും; മൂപ്പർക്ക് ഏറെ ഇഷ്ടപ്പെട്ടോരോട് മാത്രം. സൈനുദ്ദീൻ തങ്ങളെ മോൻ കുഞ്ഞിത്തങ്ങളോടും കോയഞ്ഞ്യാ ജേരെ മോൻ അസീസിനോടും മൂസ്സക്കോയ മൊതലാളീന്റെ മോൻ റശീദിനോടും ചിരിച്ചും കളിച്ചും വർത്താനം പറയുന്നത് കേട്ടാൽ ഇത്രേം നല്ലൊരു ഉസ്താദ് വേറെയുണ്ടോന്ന് തോന്നിപ്പോകും.

നാലാം ക്ലാസിലെ അഖ്‌ലാക്ക് ബുക്ക് പഠിക്കാണ്ടായിരിക്കോ മൂപ്പർ ഉസ്താദായത്? കുഞ്ഞുങ്ങളോട് കരുണ കാണിക്കാത്തോൻ മുത്‌നബിന്റെ അനുയായിയല്ലാന്ന് ആ ബുക്കിലുണ്ടല്ലോ.

ഇക്കഴിഞ്ഞ നോമ്പിരുപത്തേഴിനാണ് ഉസ്താദ് ഇന്റെ

കൈക്ക് ചവുട്ടേര്. നോമ്പിന്റെ ഒടുലെ പത്തിലെ ഒറ്റയൊറ്റ രാവു
കൾ പുണ്യം ജാസ്തിയുള്ള രാവുകളാണ്. മരിച്ചുപോയോർക്കു
വേണ്ടി ദുആ ഇരക്കാൻ മക്കളും കുടുംബക്കാരും കബറിങ്കലെ
ത്തുന്നത് ഇങ്ങനെയുള്ള രാവുകളിലാണ്. ചെലപള്ളികളിൽ ഇരു
പത്തൊന്നിന്, ചെലേടത്ത് ഇരുപത്തിമൂന്നിന്, ചെലേടത്ത് ഇരു
പത്തഞ്ചിന്, മാക്കാംപള്ളിക്കലും വല്യ പള്ളിക്കലും ഇരുപെ
ത്തഴിന്.... ഇങ്ങനെയൊരു കണക്കിലാണ് കബറിങ്കലെ ദുആ
തീർച്ചപ്പെടുത്തേ്യത്. അന്ന് പള്ളിക്കൽ നെറയെ ആളുണ്ടാവും.
മൊയ്ല്യാമ്മാർക്ക് അന്ന് നല്ല കൊശിയാണ്. കബറിങ്കൽ ദുആ
ഇരക്കാൻ പോകുമ്പം ഏതെങ്കിലും മൊയ്ല്യാരെയും കൂട്ടിയേ
എല്ലാരും പോകൂ. പാപികളും പാമരന്മാരുമായ സാധാരണ മനു
ശമ്മാർ നേരിട്ട് ദുആ ഇരന്നാൽ പടച്ചോൻ ഉത്തരം ചെയ്യൂലാ
ന്നാണ് പറമ്പിക്കുന്ന മൊയ്ലാരും വല്യുസ്താദും പറഞ്ഞത്.
അതോണ്ടാണ് ദുആ ഇരക്കുമ്പം മൊയ്ല്യാമ്മാരെ എടയിൽ
നിർത്തുന്നത്. മൊയ്ല്യാര് യാസിൻ സൂറത്തോതി ദുആ ഇര
ക്കും. കൂടെയുള്ളോര് 'ആമീൻ' പറയും. ദുആ ഇരന്ന് കഴി
ഞ്ഞാൽ മൊയ്ല്യാർക്ക് നല്ല കൈമടക്ക് കിട്ടും. അതോണ്ട് കൂടു
തൽ പ്രാവശ്യം കബറിങ്കലേക്ക് വിളിച്ചുകിട്ടാൻ മൊയ്ല്യാമ്മാർ
തമ്മിൽ മത്സരാണ്. സമയം ലാഭിക്കാൻ വേണ്ടി മൊയ്ല്യാമ്മാർ
നേരത്തെതന്നെ കൊറേ യാസീൻ സൂറത്തുകളോതി അതിന്റെ
എണ്ണം കണക്കാക്കി ഒരു ടവലുമ്മൽ കെട്ടുകളിട്ട് വയ്ക്കും. ദുആ
ഇരപ്പിക്കാൻ വിളിക്കുന്ന ഓരോരുത്തർക്കും വേണ്ടി ടവലുമ്മന്ന്
ഓരോ കെട്ട് അഴിച്ചിടും.

ദുആന്റന്ന് പള്ളിക്കൽ വരുന്നോർക്കൊക്കെ ഓരോ ഗ്ലാസ്
തരിക്കഞ്ഞി കിട്ടും. റവയും പാലും പഞ്ചസാരയും അണ്ടിപ്പ
രിപ്പും കിസ്മിസും ചേർത്തുണ്ടാക്കുന്ന തരിക്കഞ്ഞി കുടിക്കാൻ
നല്ല രസാണ്. ഓർക്കുമ്പം തന്നെ വായിൽ വെള്ളം വരും.

തിന്നുന്നതും കുടിക്കുന്നതും വലത്തെ കൈയോണ്ടായിരി
ക്കണം ന്ള്ളത് നബിയുടെ സുന്നത്തിൽപ്പെട്ടതാണ്. കുഞ്ഞു

നാളിലേ ഉമ്മ അത് പഠിപ്പിച്ചുതന്നിട്ടുണ്ട്. അങ്ങനെത്തന്നെയാണ് ചെയ്യുന്നതും. വലത്തെ കൈമ്മലൊരു മുറിവുണ്ടായതുകൊണ്ട് അന്ന് പള്ളിക്കന്ന് തരിക്കഞ്ഞി കുടിച്ചത് എടത്തെ കൈകൊണ്ടായിരുന്നു. അത് കണ്ടപ്പളാണ് ഉസ്താദ് കൈക്ക് ചവുട്ടേര്.
"ഫ, പന്നിന്റെ മോനെ! എടത്തെ കൈയോണ്ടാണോ കുടിക്കുന്നത്?" എന്നൊരാട്ടും. ഗ്ലാസ് തെറിച്ച് നെലത്ത് വീണ് തരിക്കഞ്ഞിയപ്പാടെ തൂത്തുപോയി. അതിന് തലക്കൊരു കുത്ത് വേറേം കിട്ടി.

ഉമ്മാന്റടുത്ത് ചെന്ന് സങ്കടം പറഞ്ഞപ്പം ഉമ്മ പറഞ്ഞു:
"അതൊന്നും സാരല്യ കുഞ്ഞാ. നെന്റെ ഉസ്താദല്ലേ? ഉസ്താദുമ്മാരോട് എടക്കൊക്കെ അടികിട്ടുന്നത് നല്ലതാണ്. ഉസ്താദുമ്മാരോട് അടികിട്ടുന്ന ബാഗത്ത് നരകത്തിന്റെ ചൂട് തട്ടൂലാന്ന് പറഞ്ഞത് ഇഞ്ഞി കേട്ടിട്ടില്ലേ?"

അബ്ബോക്കറിന്റെ ബെൽറ്റിന്റെ കേസും കൂടിയായപ്പം വല്യ ഉസ്താദിന് ഇന്നെ കണ്ണുമ്മുന്നിൽ കണ്ടൂടാണ്ടായി. അബ്ബോക്കറിന് നീന്തലറിയൂല. ഞാളൊക്കെ കൊളത്തിൽ ചാടിക്കളിക്കുമ്പം ഓൻ പടവുമ്മലെറങ്ങി നിന്ന് കാക്കക്കുളി കുളിക്കും. അങ്ങനെ കുളിക്കുമ്പം ഒരു ദിവസം ഓന്റെ ബെൽറ്റെങ്ങനെയോ കൊളത്തിൽ വീണു. അടീലോളം മുങ്ങ്യപ്പം ഇനിക്കത് കിട്ടി. കുട്ട്യേ മാക്കാന്റെ പീട്യേന്ന് പുളക്കേങ്ങും മീൻകറിയും വാങ്ങിത്തന്നാലേ ബെൽറ്റ് കൊടുക്കുള്ളൂന്നു പറഞ്ഞപ്പം ഓനത് ഉസ്താദിനോട് പറഞ്ഞു. അത് കേട്ടപ്പം ഉസ്താദിന്റെ കണ്ണും മൊഖോം ചൊകന്നു. ഇടിവെട്ടുന്ന ഒച്ചയിൽ ചീത്ത പറഞ്ഞ് ഇന്നെയാകെ ഉളുപ്പുകെടുത്തി:

"കള്ള ഹറാമീ, ആരാന്റെ കഫം തിന്നാനാണ് പൂത്യല്ലേ? മൊളേല് തന്നെ ഇങ്ങന്യായാൽ വലുതാവുമ്പം കായങ്കുളം കൊച്ചുണ്ണീന്റെ മൂത്താപ്പയാവല്ലോ നിയ്യ്?..."

ഉസ്താദങ്ങനെ വായിൽ തോന്ന്യേതൊക്കെ വിളിച്ചു പറയുമ്പം ബാക്കി കുട്ട്യേളൊക്കെ ഓത്ത് നിർത്തി ഇന്നെത്തന്നെ

നോക്കിനിന്നു; ഒരു പെരുങ്കള്ളനെ നോക്കുമ്പോലെ.

അതിൽ പിന്നെ ഇന്നെ കളിയാക്കാനും അടിക്കാനും ഉസ്താ
ദിന് എന്തോ വാശിയുള്ളപോലെയായി.

"എടാ കായങ്കുളം കൊച്ചുണ്ണീന്റെ മൂത്താപ്പേ"ന്നല്ലാണ്ട് വിളി
ക്കൂല.

ഇന്ന് ദെറസിലെത്താൻ കാ മണിക്കൂറ് വൈകീക്ക്ണ്.
അതോണ്ട്പ്പോ കളിയാക്കിയും ചീത്ത പറഞ്ഞും മേല്ന്ന് തോലൂ
പൊളിക്കും ഉസ്താദ്. മൂപ്പരെ കുറ്റിച്ചൂരല്കൊണ്ടും കിട്ടും നല്ലോ
ണം. ഈ ഉസ്താദ് മാറാണ്ട് ഇനി ഞാൻ ദെറസിൽ പോണില്ല്യാ
ന്നെങ്ങാനും പറഞ്ഞാൽ ഉപ്പ പിന്നെ നിർത്തിപ്പൊരിക്കും.
ഉപ്പാക്ക് വല്യുസ്താദിനെപ്പറ്റി നല്ല മതിപ്പാണ്. കുട്ട്യേളെ നല്ല
വീക്ക് കൊടുത്ത് പഠിപ്പിക്കുന്ന ഉസ്താദുമ്മാരാണ് നല്ല ഉസ്താ
ദുമ്മാര്ന്ന് ഉപ്പ എപ്പളും പറയും.

നാവ് കൊണ്ടും ചൂരല് കൊണ്ടും തരാനുള്ളതൊക്കെ
തന്നിട്ടേ ദെറസിലേക്ക് കേറിയിരിക്കാൻ ഉസ്താദ് സമ്മതിക്കലു
ള്ളൂ. ഇന്നെന്തായാലും അതിശ്യം തന്നെ! കമാന്ന് മിണ്ടാണ്ട്,
തല തിരിച്ച് ഇന്റെ നേരെ ഒന്നു നോക്കേംകൂടി ചെയ്യാണ്ട് കട
ന്നിരിക്കാൻ സമ്മതം തന്നിരിക്കുന്നു! എന്തായാലും വേണ്ടില്ല
ഇന്നൊരു ദിവസമെങ്കിലും മറ്റുള്ളോരെ മുന്നിൽ ഉളുപ്പുകെടാതെ
കയ്ച്ചലായല്ലോ.

അയ്യൊരു സമാധാനം പത്തുമിനുട്ടേ നീണ്ടുള്ളൂ. അപ്പളേ
ക്കുമതാ ഉസ്താദിന്റെ വിളിയാളം വരുന്നു. താഴ്മയോടെയാണ്
വിളി. അതും ഒരുമാതിരി കളിയാക്കല് തന്നെ.

"കായങ്കുളം കൊച്ചുണ്ണീന്റെ മൂത്താപ്പ ഒഹാബി ആലിക്കുട്ടി
സായ്വ് ഒന്നിവിടുത്തോളം വരീം."

'ഒഹാബീ'ന്നൊരു പുതിയ പേരും കൂടി വിളിച്ചുകേട്ടപ്പം
ആകെ അന്തം വിട്ടുപോയി. നേർച്ച കഴിക്കുന്നതിനെയും ജാറം
കെട്ടിയുണ്ടാക്കുന്നതിനെയുമൊക്കെ എതിർക്കുന്ന കൂട്ടരെയാണ്
ഒഹാബികളെന്ന് വിളിച്ചുകളിയാക്കുന്നത്. ഇന്നെയെന്തിനാണ്

ഉസ്താദ് അക്കൂട്ടത്തിൽപ്പെടുത്തേയ്ത്ന്ന് മനസ്സിലാവുന്നില്ലാലോ.

ഉസ്താദിന്റെ മുന്നിലെത്തി ഞാനാകെ ചുളുങ്ങി വെറച്ച് നിക്കുമ്പം മറ്റു കുട്ടികളോടായി മൂപ്പെർ പറഞ്ഞു:

"ഇപ്പം ഞമ്മളെ മുന്നിൽ നെലൊവത്തിട്ട കോഴീനെപ്പോലെ നിക്കുന്ന ഇച്ചെങ്ങായിയുണ്ടല്ലോ ഞമ്മളെ കൊച്ചുണ്ണീന്റെ മുത്താപ്പ, മൂപ്പെർ ഒഹാബിയായിക്ക്ണ് കൂട്ടരേ. വല്യ പള്ളിക്കല് മറ മാടിയ ഔല്യാനെക്കൊള്ളെയാണ് മൂപ്പരിപ്പം തിരിഞ്ഞത്. ഇനി മൂപ്പര ങ്ങനെ ഓരോരോ ഞായോം യുക്തീം ചോദിച്ച് ഞമ്മളെ ഉത്ത രംമുട്ടിക്കും."

അപ്പളതാണ്! വല്യ പള്ളിക്കലെ ജാറത്തിനെപ്പറ്റി മോയിറ്റി ക്കാനോട് ഞാൻ സംശ്യം ചോദിച്ചത് അയാള് നേരെ ഉസ്താ ദിന്റെ ചെവീലെത്തിച്ചിരിക്കുന്നു!

കരിങ്കല്ലിന്റെ ചീളുകൾ പെറുക്കി കവണമ്മലിട്ട് തുരുതുരാന്ന് മേത്തേക്കെറിഞ്ഞ് കൊള്ളിച്ച് രസിക്കുംപോലെ വായില് വന്ന കൊള്ളിവാക്കുകളും ചീത്തയുംകൊണ്ട് ഇന്നെ പകുതി ചത്ത കോലത്തിലാക്കി ഉസ്താദ്. പറഞ്ഞുപറഞ്ഞ് മതിവന്നപ്പം പെര ടിക്ക് പിടിച്ച് പൊറത്തേക്കുന്തിക്കൊണ്ട് മൂപ്പെർ കല്പിച്ചു:

"നെന്നെപ്പോലത്തെ ഒഹ്യാബേക്കും കാഫിരീറ്റിങ്ങക്കും ഞമ്മളെ ദെറസിൽ സ്താനല്ല്യ.... പോയ്ക്കോ, ഏത് നരകത്തി ലാന്വച്ചാൽ പോയ്ക്കോ. ഒഹാബ്യോ, മൗദൂദിയോ, പടച്ചോനി ല്ലാന്ന് പറീന്നോനോ എന്താന്ന്വച്ചാലായിക്കോ...."

വല്യ ഒച്ചയിൽ നെലവിളിച്ചുകൊണ്ട് എറങ്ങി നടക്കുമ്പം ഉള്ളിലാകെ എരിപൊരി സഞ്ചാരം. ദെറസ്ന്ന് പൊറത്താക്ക്യേ കാര്യം ഉപ്പാന്റെ ചെവിട്ടിലെത്ത്യാൽ, അതും ഒഹാബിയായിപ്പോ യീന്ന് പറഞ്ഞുകൊണ്ടാണ്ന്നുംകൂടി അറിഞ്ഞാൽ ഉപ്പ തച്ചുകൊ ല്ലും. പീട്യ പൂട്ടി പൊരേലെത്തും മുമ്പെ ഉപ്പാക്കെല്ലാ വിവരോം കിട്ടും.

കണ്ണിരുട്ടടിച്ച പോലെ തപ്പിത്തടഞ്ഞും വേച്ചും വെറച്ചും നടന്ന് പൊരന്റെ ഗേറ്റിലോളമെത്തി. അവ്ടുന്നങ്ങോട്ട് കാല്

നീങ്ങുന്നില്ല. ഉമ്മാനെയൊന്ന് കാണാൻ വല്ലാണ്ട് പൂതി തോന്നി പ്പോയി. പറഞ്ഞിട്ടെന്താ, കാല് പറിച്ചെടുക്കാൻ കഴീന്നില്ല. കൊറേനേരം തരിച്ചങ്ങനെ നിന്നു. പിന്നെ തോന്ന്യേത് തിരിഞ്ഞു നടക്കാനാണ്. മുന്നിൽനിന്നാരോ കൈ കാട്ടി വിളിക്കുംപോലെ തോന്നി. നടന്നുനടന്ന് എത്തിപ്പെട്ടത് തീവണ്ടിയാപ്പീസിൽ. അന്നേരത്തവിടെ പൊറപ്പെടാൻ റെഡിയായി ഒരു വണ്ടി. നേരെ പോയി അതിന്റുള്ളിൽ കേറി ഇരുന്നു.

www.ingramcontent.com/pod-product-compliance
Lightning Source LLC
LaVergne TN
LVHW041121180726
843490LV00003B/1113